D1679989

பாரதியும் குள்ளச்சாமியும்

பாரதியும் குள்ளச்சாமியும்

தொகுப்பும் பதிப்பும்
ய. மணிகண்டன் (பி. 1965)

தமிழ் யாப்பியல், சுவடிப்பதிப்பியல், பாரதியியல், பாரதிதாசனியல் ஆகிய களங்களில் குறிப்பிடத்தக்க பங்களிப்புகளை நிகழ்த்திவரும் முனைவர் ய. மணிகண்டன் தஞ்சை சரசுவதி மகால் நூலகத் தமிழ்த் துறையில் பத்தாண்டுகளுக்கும்மேல் பணியாற்றியவர்; சென்னைப் பல்கலைக்கழகத் தமிழ்மொழித் துறையின் பேராசிரியர்–தலைவராகப் பணியாற்றி வருபவர்.

ஆசிரியரின் பிற நூல்கள்

எழுதியவை

பாரதியின் இறுதிக்காலம்: கோவில் யானை சொல்லும் கதை
பாரதியியல்: கவனம்பெறாத உண்மைகள்
மணிக்கொடி மரபும் பாரதிதாசனும்
மகாகவி பாரதியும் சங்க இலக்கியமும்
பாரதிதாசன் யாப்பியல்
தமிழில் யாப்பிலக்கணம்: வரலாறும் வளர்ச்சியும்
ஒளிந்திருக்கும் சிற்பங்கள் (குறள்வெண்பாத் தொகுதி)

பதிப்பித்தவை

பாரதியும் காந்தியும்
புதுவைப் புயலும் பாரதியும்
மணிக்கொடி: கவிதைகள்
தமிழில் பில்கணீயம்: மணிக்கொடி எழுத்தாளர்கள் – பாரதிதாசன்
ந. பிச்சமூர்த்தி கட்டுரைகள்
நேரிசை வெண்பா இலக்கியக் களஞ்சியம்
பாரதிதாசன் கவிதை இலக்கியங்கள்: இறைமை,
 இந்திய விடுதலை இயக்கம்
பாரதிதாசன் கவிதை இலக்கியங்கள்: சுயமரியாதை, சமத்துவம்
பாரதிதாசன் இலக்கியம்: அறியப்படாத படைப்புகள்
பாரதிதாசனும் 'சக்தி' இதழும்
சி.வை. தாமோதரம் பிள்ளை இயற்றிய கட்டளைக்கலித்துறை
பாரதிதாசன் கவிதைகளில் பாரதியார்
பாரதிதாசனின் அரிய படைப்புகள்

In English

(ed.) Early Studies in Tamil Prosody

பாரதியும் குள்ளச்சாமியும்

தொகுப்பும் பதிப்பும்
ய. மணிகண்டன்

காலச்சுவடு பதிப்பகம்

அன்பார்ந்த வாசகருக்கு,

வணக்கம்.

காலச்சுவடு நூலை வாங்கியமைக்கு நன்றி.

நூலின் உள்ளடக்கம், உருவாக்கம், அட்டைப்படம் இன்ன பிற அம்சங்கள் பற்றிய உங்கள் கருத்துகளையும் ஆலோசனைகளையும் காலச்சுவடு வரவேற்கிறது. தகவல், எழுத்து, வாக்கியப் பிழைகள் தென்பட்டால் கட்டாயம் தெரிவித்து உதவுங்கள். நூல் தயாரிப்பில் கடும் குறைபாடு இருப்பின் மாற்றுப் பிரதி உங்களுக்குக் கிடைக்கக் காலச்சுவடு ஏற்பாடு செய்யும்.

மின்னஞ்சல்: publisher@kalachuvadu.com

காலச்சுவடு நாகர்கோவில் தலைமையகத்துக்கும் கடிதம் அனுப்பலாம்.

தங்கள்
எஸ்.ஆர். சுந்தரம் (கண்ணன்)
பதிப்பாளர் — நிர்வாக இயக்குநர்

பாரதியும் குள்ளச்சாமியும் ✦ கட்டுரை ✦ தொகுப்பும் பதிப்பும்: ய. மணிகண்டன் ✦ பதிப்புரிமை ய. மணிகண்டன் ✦ முதல் பதிப்பு: டிசம்பர் 2022 ✦ வெளியீடு: காலச்சுவடு, 669, கே.பி. சாலை, நாகர்கோவில் 629001

காலச்சுவடு பதிப்பக வெளியீடு: 1116

paaratiyum kuLLaccaamiyum ✦ Compilation on Subramania Bharati ✦ Compilation, editorial format and arrangement: Ya. Manikandan ✦ © Y. Manikandan ✦ Language: Tamil ✦ First Edition: December 2022 ✦ Size: Demy 1 x 8 ✦ Paper: 18.6 kg maplitho ✦ Pages: 104

Published by Kalachuvadu, 669, K.P. Road, Nagercoil 629001, India ✦ Phone: 91-4652-278525 ✦ e-mail: publications@kalachuvadu.com ✦ Printed at Mani Offset, Chennai 600077

ISBN: 978-93-5523-234-2

எல்லையற்ற அன்பு
எதிர்பார்ப்பில்லாத வாழ்க்கை

இப்படியும் மனிதர்களா
என வியக்கவைக்கும்
எடுத்துக்காட்டு மனிதர்கள்...

விழிகள் பதிப்பகம்
தி. நடராசன்

தி. வேணுகோபால்

ஆகிய
உடன்பிறவா
அண்ணன்மார்க்கு

பொருளடக்கம்

முன்னுரை:	11

பகுதி 1
பாரதி பார்வையில் குள்ளச்சாமி

கவிதை	29
1. பாரதி அறுபத்தாறு	29
கட்டுரைகள்	34
1. வண்ணான் தொழில்	34
2. அபிநயம்	38
3. சிதம்பரம்	43
4. சும்மா	47
5. கத்திச்சண்டை	56
6. கலியுக கடோற்கசன்	63
7. கோபந்நா	70
கடிதம்	76
சொற்பொழிவு	78

பகுதி 2
உடனிருந்தோர் பதிவுகள்

1. வ.உ.சி.	83
2. வி.எஸ். குஞ்சிதபாதம்	85
3. ப. கோதண்டராமன்	89

பகுதி 3
ஓவியத்தில் பாரதியும் குள்ளச்சாமியும்

	93
பயன்பட்ட நூல்கள், இதழ்கள்	99

முன்னுரை

'இன்று புதிதாய்ப் பிறந்தோம்' எழுதத் தூண்டியவரும் எழுதியவரும்

தேவர் பிரான்; தெளிந்த ஞானி; ஞானகுரு; தேசிகன்; தவம் நிறைந்த தேவன்; பரமஹம்சர்; கலியுக ஜடபரதர்; மஹா ஞானி; சர்வ ஜீவ தயாபரன்; மஹான்; யோகீசுரர்; வேதபுரத்து ஞானி; பெரிய ஞானி; பரம புருஷன்...

பைத்தியக்காரனைப் போலப் பேசிக்கொண்டும், தெருவிலே படுத்துக் கிடந்தும், பசித்தபோது கண்ட இடத்தில் பிச்சை வாங்கி உண்டும், கள் குடித்துக் கஞ்சா தின்றும், மண்ணிலே புரண்டு, நாய்களோடு சண்டையிட்டு, அரையிலே அழுக்குத்துணியோடு சுற்றிக்கொண்டு, பார்ப்பதற்குப் பிச்சாண்டியைப் போலே கந்தையை உடுத்திக்கொண்டு தெருவிலே திரிந்துகொண்டிருந்த ஒருவரை பாரதி இப்படி யெல்லாம் போற்றியிருக்கின்றார்.

'கீதா ரகசிய'த்தை இயற்றிய திலகரைத் தனது அரசியல் குருவாகவும் விவேகானந்தரின் ஞானப் புதல்வி நிவேதிதையைக் குருமணியாகவும் கொண்ட பாரதி தன் புதுவை வாழ்க்கையின்போது இந்தப் பரதேசியை ஞானகுருவாகக் கொண்டார்; கொண்டாடினார்.

பாரதியின் நேரடி வாழ்க்கையில், கவிதையில், கட்டுரையில், சொற்பொழிவு நிகழ்ச்சியொன்றில் எனப் பல பரிமாணங்களில் இந்தப் பரதேசி பாரதியியலில் நிரந்தர இடத்தைப் பெற்றுவிட்டார்.

அப்படிப் பல் பரிமாணங்களில் பாரதியின் உள்ளத்தில் தனிப்பெரும் இடத்தைப் பெற்றுவிட்டவர்தான் –

குள்ளச்சாமி என்னும் மாங்கொட்டைச்சாமி.

~

பாரதியின் அரசியல் உலகத்திலும் இலக்கிய உலகத்திலும் ஆன்மிக உலகத்திலும் எண்ணற்ற பேராளுமைகள் வந்தும் போனார்கள், சிலர் நிலைத்தும் நின்றார்கள்.

திலகர், விபின சந்திர பாலர், ஜி. சுப்பிரமணிய ஐயர், தாசுவர், நிவேதிதா, ஜேம்ஸ் எச். கசின்ஸ், ஹென்றி நெவின்சன், ராம்சே மெக்டனால்ட், ஹானிங்டன், உ.வே.சா., அரவிந்தர், காந்தி, கனகசுப்புரத்தினம், கனகலிங்கம், வ.வே.சு. ஐயர், சுரேந்திரநாத் ஆரியா, சக்கரை செட்டியார், வ.உ.சி., சுப்பிரமணிய சிவா, சி. ராஜகோபாலாச்சாரியார், சர் எஸ். சுப்பிரமணிய ஐயர், அன்னிபெசண்ட், அரங்கசாமி ஐயங்கார்.... இப்படிப் பலப்பலர் பாரதியின் அரசியல், இலக்கிய, ஆன்மிகப் பிரபஞ்சத்தில் காட்சி தருகின்றனர்.

இப்படிப்பட்ட பன்முக ஆளுமைகளுள் பரதேசியாய், சித்த புருஷராய், ஞானியாய், ஆன்மிகக் களத்தில் வழிகாட்டியாய், பாரதியின் புதுச்சேரி வாழ்க்கையில் வந்து சேர்ந்தவரும் நிலைத்து நின்றவரும்தான் குள்ளச்சாமி.

இவரைத்தான் வேதாந்த மரத்தில் ஒரு வேரைத் தனக்குக் காட்டிய, ஆயிரம் நூல் எழுதினாலும் முடிவுறாத பெருமைக்குரிய ஐயன் எனப் பாரதி கொண்டாடினார்.

~

குள்ளச்சாமியோடு நெருங்கிப் பழகிய பாரதி, தனது கவிதை யிலக்கியத்தில் ஏறத்தாழ இருபது பாடல்களில் குள்ளச்சாமியின் புகழை இசைத்திருக்கின்றார். ஏழு உரைநடைப் படைப்புகளில் குள்ளச்சாமியுடனான அனுபவங்களை, அவரது பெருமைகளை விவரித்திருக்கின்றார். தமிழ் மக்கள் அறிய வேண்டும் என்று ‘சுதேசமித்திரன்’ இதழின் வாயிலாகக் குள்ளச்சாமியின் சிறப்பு களையெல்லாம் மொழிந்திருக்கின்றார். பாரதியின் வீட்டுக்கு அடிக்கடி வந்து செல்லக்கூடிய உரிமை கொண்டவராகவும் உறவு பெற்றவராகவும் திகழ்ந்தவர் குள்ளச்சாமி. புதுச்சேரி வாசத்தை முடித்துக்கொண்டு வெளியேறிய பின்னரும் குள்ளச்சாமியுடனான தொடர்பைப் பாரதி தொடர்ந்திருக்கின்றார். பலர் கூடிய சபையிலேயே குள்ளச்சாமியைப் போற்றவும்

முனைந்திருக்கின்றார். இப்படியெல்லாம் பாரதியின் வாழ்க்கையிலும் பாரதியின் எழுத்துகளிலும் பாரதியின் செயற்பாடுகளிலும் இரண்டறக் கலந்திருந்தவர் இந்தக் குள்ளச்சாமி.

~

ஞாயிற்றைச் சங்கிலியால் அளக்க முடியாததைப் போலவே தன் ஞானகுருவாகிய குள்ளச்சாமியின் புகழினையும் வகுத்துரைக்க முடியாது என்று பாரதி அழுத்தமாகக் கருதினார். குள்ளச்சாமியின் ஞானத் தோற்றத்தின் ஆழத்தையும் அகலத்தையும் நீளத்தையும் அடர்த்தியையும் குறித்த பாரதியின் அனுபவ நம்பிக்கை அது.

குள்ளச்சாமியின் ஞான ஊற்றத்தையும் ஞானத் தோற்றத்தையும் வகுத்துரைக்க முடியாமல் போகலாம். அவருடைய ஞாலத் தோற்றம் எப்படி இருந்திருக்கும்? படம் ஏதும் உண்டா?

புதுவை வாசம் முடிந்து முதன்முறையாகச் சென்னைக்கு வந்து ஐந்து கூட்டங்களை ஏற்பாடு செய்து பேச முயன்ற பாரதி ஒரு கூட்டத்திற்குக் குள்ளச்சாமியைத் தலைமைதாங்கச் செய்தார். கோகலே அரங்கில் நடந்த அந்தக் கூட்டத்தின் விவரமும் குள்ளச்சாமியின் படமும் 'ஹிந்து' நாளிதழில் வெளிவந்ததாகப் பாரதியியல் முன்னோடி ரா.அ. பத்மநாபன் 'சித்திர பாரதி'யில் குறிப்பிட்டிருக்கின்றார். 'ஹிந்து' நாளிதழில் இடம்பெற்ற பாரதி தொடர்பான பதிவுகளையெல்லாம் தீவிரமாகத் தேடிக் கண்டெடுத்த பாரதியியல் வல்லாளர் ஆ. இரா. வேங்கடாசலபதிக்குக் குள்ளச்சாமியின் படம் எதுவும் தென்படவில்லை. புகைப்படம் கிடைக்காமல் போனாலும் குள்ளச்சாமியை நேரடியாகவோ நேரடியாக அறிந்தவர்களின் வழியாக அறிந்தவராகவோ விளங்கிய ஓவியக் கலைஞர் கே.ஆர். சர்மா 'சுதேசமித்திர'னில் வரைந்த குள்ளச்சாமி தொடர்பான ஓவியம் ஒன்று ரா.அ. பத்மநாபனுக்கு அந்தக் காலத்தில் கிடைத்திருந்தது. அந்த ஓவியத்தை அவர் வழியாகப் பாரதிய உலகம் அறிந்திருந்தது.

இப்போது ஒன்றுக்கு நான்காகக் கே.ஆர். சர்மா வரைந்த குள்ளச்சாமி ஓவியங்களை நான் கண்டறிந்துள்ளேன் – குள்ளச்சாமியின் தோற்றத்தைக் கருதிப்பார்க்க வாய்ப்பாக. ஆனாலும் இந்த ஓவியங்களெல்லாம் பாரதி மறைந்த பத்தாண்டுகளுக்குப் பிறகானவை.

ஆயினும் பாரதி வரைந்த சமகாலச் சொல்லோவியங்கள் குள்ளச்சாமியின் தோற்றச் சித்திரத்தை நமக்குத் தெள்ளத் தெளிவாக வழங்கியிருக்கின்றன. பாரதி தன் கட்டுரைகளில்

குள்ளச்சாமியின் தோற்றம் குறித்து விரிவாகவும் நுட்பமாகவும் நேரடியாகக் காண்பதுபோல வருணித்திருக்கின்றார். சமகாலத்தில் குள்ளச்சாமியைக் கண்ட வேறு சிலரும் அவரை வருணித்திருக்கின்றனர்.

பாரதி 'சுதேசமித்திர'னில் ஒருமுறைக்கு மூன்று முறையாகக் குள்ளச்சாமியின் தோற்றத்தையும் இயல்பையும் சிறப்பையும் அறிமுகப்படுத்தி எழுதியிருக்கின்றார். இந்த அறிமுகப் பகுதிகள் 2–6–1917, 29–8–1917, 27–12–1917 ஆகிய தேதிகளில் வெளிவந்த 'வண்ணான் தொழில்', 'சிதம்பரம்', 'சும்மா' ஆகிய கட்டுரைகளில் இடம்பெற்றிருந்தன.

வேதபுரம் என்னும் புதுவையில் வாழும் ஒரு பரதேசி குள்ளச்சாமி எனவும், அவருடைய வயது ஐம்பதா, அறுபதா, எழுபதா, எண்பதா என்பது யாருக்கும் தெரியாது எனவும், கருநிறமும் குண்டுச்சட்டியைப் போன்ற முகமும் வயிரக்கட்டை போல நல்ல உறுதியான உடம்பும் வாய்க்கப்பெற்ற பெயர்வழி எனவும் முதன்முறை எழுதியிருந்தார்.

அடுத்தமுறை குள்ளச்சாமியைப் பற்றி எழுதும்பொழுது "குள்ளச்சாமியார் என்பதை நான் முன்னொருமுறை சுதேசமித்திரன் பத்திரிகையில் எழுதிய வண்ணான் கதையில் சொல்லியிருக்கிறேன்" என நினைவுகூர்ந்துவிட்டு மீண்டும் அறிமுகம் செய்திருக்கின்றார். குள்ளச்சாமியை 'ஒரு பரமஹம்சர்' எனவும், ஜடபரதரைப் போல எந்தத் தொழிலும் செய்யாமல் முழங்காலுக்குமேல் அழுக்குத்துணி கட்டிக்கொண்டு போட்ட இடத்தில் சோறு தின்றுகொண்டு, வெயில் மழை பார்க்காமல் தெருக்களில் சுற்றிக்கொண்டிருப்பவர் எனவும், சிறு குழந்தை போன்றவர் எனவும் விருப்பமானபோது வரும் இயல்பையும் விருப்பமானபோது ஓடிப்போய்விடும் இயல்பையும் கொண்டவர் எனவும், மனித விதிகளுக்குக் கட்டுப்படாதவர் எனவும் குறிப்பிட்டிருந்தார். அடுத்த முறை குள்ளச்சாமியை அறிமுகப்படுத்தி எழுதும்போதும் "இந்தக் குள்ளச்சாமியாரைப் பற்றி முன் ஒரு முறை சுதேசமித்திரனில் எழுதியிருப்பது பலருக்கு ஞாபகம் இருக்கலாம்" என நினைவுகூர்ந்துவிட்டு அவரைப் பற்றிய அறிமுகத்தைச் செய்திருந்தார். கலியுகஜடபரதர், மகாஞானி, சர்வஜீவ தயாபரன், ராஜயோகத்தால் மூச்சைக் கட்டி ஆளுகிற மகான் என்றெல்லாம் சிறப்பித்து எழுதிவிட்டு, மீளவும் அவருடைய இயல்புகளைப் பார்ப்பதற்குப் பிச்சைக்காரன்போல் கந்தைத்துணியை உடுத்திக்கொண்டு தெருக்களில் உலவுபவர்; இவருடைய பெருமையைப் பெண்களும் குழந்தைகளும் மட்டும் எப்படியோ அறிந்திருந்தனர்; இவர் நடந்து செல்கையில் பெண்கள்

கையெடுத்துக் கும்பிடுவர்; குழந்தைகள் தாயை நோக்கி ஓடிவருவதுபோல இவரை நோக்கி ஓடிவந்து முழங்காலை மோந்துபார்க்கும் என்றெல்லாம் எழுதியிருந்தார்.

மீண்டும் மீண்டும் 'சுதேசமித்திரன்' இதழில் பாரதி செய்து வைத்த இந்த அறிமுகங்களால் அன்றைய தமிழ்ச் சமூகத்தில் பலருக்கும் குள்ளச்சாமி என்னும் மாங்கொட்டைச்சாமி நன்கு அறிமுகமாகியிருந்திருப்பார். அமரத்துவம் பெற்றுவிட்ட அந்த மகாகவியின் எழுத்துகளால் அவற்றைப் பயிலும் இன்றைய நம்முடைய நெஞ்சங்களிலும் குள்ளச்சாமி வியப்பூட்டும் ஓர் ஆளுமையாக இடம்பிடித்துப் பலரின் உள்ளச்சாமியும் ஆகிவிடுகின்றார்.

~

பாரதியைப் பற்றிப் பேசும் தருணங்களில் குள்ளச்சாமியைப் பற்றியும் பாரதியின் நண்பர்கள் சிலர் பேசியிருக்கின்றனர். புதுச்சேரியில் பாரதியார் நெருங்கிப் பழகியவர்களுள் ஒருவரான ஸ்வாமிநாத தீக்ஷிதரின் புதல்வர் வி.எஸ். குஞ்சிதபாதம் தம் வீட்டுக்குப் பாரதியைத் தேடி வந்த குள்ளச்சாமியைப் பற்றி விவரித்திருக்கின்றார். புதுச்சேரியில் வெள்ளைக்காரர் பகுதியிலும் மற்ற பகுதிகளிலும் அங்கிங்கெனாதபடி எல்லா இடங்களிலும் குள்ளச்சாமி காட்சிதருவார், முழங்கால்வரை ஒரு கந்தையைச் சுற்றித் திரிவார், இரும்புக்குண்டுபோல் கட்டுமாறாத உடம்பைக் கொண்டவர், சுமார் நான்கடி உயரம்தான் இருப்பார், அவருடைய தலை அமைப்பால் 'மாங்கொட்டைச்சாமி' என்னும் பெயராலும் அழைக்கப்பட்டார், நாற்பது வயது மதிக்கத்தக்கவராகத் தோற்றம் இருக்குமெனினும் இரண்டு தலைமுறைகளாக அவரைப் பார்த்தவர்களும் பழகியவர்களும் புதுவையில் உண்டு என்றெல்லாம் எடுத்துரைத்திருக்கின்றார் (*புதுவையில் பாரதியார்*, ப. 101).

பாரதி மீதும் அரவிந்தர் மீதும் ஈடுபாடு கொண்டவர் ப. கோதண்டராமன். 'புதுவையில் பாரதி' என்னும் தம் நூலில் 'பாரதியாரும் குள்ளச்சாமியும்' என்றே ஒரு பகுதியை அமைத்து அதில் குள்ளச்சாமி பற்றி விரிவாக எழுதியிருக்கின்றார். புதுச்சேரியில் குள்ளச்சாமியைக் கண்டவர்கள் தெரிவித்ததன் அடிப்படையிலும் சென்னையில் தாமே நேரில் கண்டதன் அடிப்படையிலும் அவர் குள்ளச்சாமியின் தோற்றத்தையும் இயல்பையும் விளக்கியிருக்கின்றார். குள்ளச்சாமியார் குள்ளமாகவும், கறுப்பாகவும், சிறிய தலையை உடையவராகவும், திடகாத்திரமாகவும் இருந்தாராம். முழங்காலுக்குமேல்

துண்டினை உடுத்தியிருந்தாராம். மற்றவர்களோடு சகஜமாகப் பேச மாட்டாராம். எப்போதாவது பேசும்போதும் ஒரு சொல்லுக்கும் மற்றொரு சொல்லுக்கும் யாதொரு தொடர்புமின்றிப் பேசுவாராம் (*புதுவையில் பாரதி*, பக். 153, 154).

இந்திய விடுதலைப் போராட்டக் களத்தில் பாரதியோடு இணைந்து செயல்பட்டவரும், தன்னைச் சோழனாகவும் பாரதியைக் கம்பனாகவும் கருதி மகிழ்ந்தவரும், வாழ்நளெல் லாம் தன்னைவிடப் பத்து வயதுகள் இளையவர் என்றபோதிலும் 'மாமா' என உரிமைகொண்டு உறவாடியவரும், 'பெரியார்' எனப் போற்றி எழுதியவருமான தீரர் வ.உ.சி. பாரதியையும் குள்ளச்சாமியையும் ஒருமுறை சென்னையில் தன் வீட்டிலேயே சந்தித்திருக்கின்றார். பாரதியும் குள்ளச்சாமியும் ஓரிரு நாள்கள் வ.உ.சி. வீட்டில் தங்கியிருக்கின்றனர். உண்டு, உறங்கி, 'லேகியம்' தின்று இருவரும் குதூகலித்து வ.உ.சி. வீட்டில் இருந்திருக்கின்றனர். அந்தத் தருணத்தில் குள்ளச்சாமியைக் குளிப்பிக்க ஏற்பாடு செய்யும்படி பாரதி அன்புக் கட்டளையிட வ.உ.சி. வேலையாட்கள்மூலம் அதனை நிறைவேற்றி யிருக்கின்றார். தமக்கு உவப்பாக இல்லாத குள்ளச்சாமியின் தோற்றத்தைப் பற்றிக் கூறுகையில் வ.உ.சி. "அந்தச் சாமியார் கறுப்பு மேனியில் கால் அங்குலக் கனம் அழுக்குப் படிந்திருக்கக் கண்டேன்" என்று சுட்டியிருக்கின்றார் (*வ.உ.சி.யும் பாரதியும்*, ப. 53).

குள்ளச்சாமியின் தோற்றத்தைத் தமிழ்ச் சமூகத்துக்கே பாரதி சமகாலத்தில் 'சுதேசமித்திரன்' வாயிலாகவும் நேரடி நிகழ்ச்சி வாயிலாகவும் அறிமுகம் செய்துவைக்க, பாரதியோடு பழகியவர்களெல்லாம் பிற்காலத்தில் குள்ளச்சாமியின் தோற்றத்தை நமக்கெல்லாம் நினைவுகூர்ந்து எழுதி அறிமுகம் செய்துவைத்திருக்கின்றனர். இந்த அறிமுகங்களால் குள்ளச்சாமியின் தோற்றம் நம் நெஞ்சில் அழியாத சித்திரமாக அழுத்தமாக இடம்பெற்றுவிடுகின்றது. வேறுபட்ட ஓர் ஆளுமையாக, விந்தைகொண்ட ஓர் ஆளுமையாக நம்மிடையே குள்ளச்சாமி உறவுகொண்டுவிடுகின்றார்.

~

குள்ளச்சாமி தனக்கு வழங்கிய அனுபவங்களாக, உண்மைகளாகச் சில நிகழ்வுகளைப் பாரதி கவிதையிலும் உரைநடையிலும் எடுத்துரைத்திருக்கின்றார். புதுவை ஈசுவரன் தர்மராஜா வீதியில் நாகையைச் சேர்ந்த ராஜாராமையர் என்பவர் தன்னுடைய தந்தை செய்த உபநிடதத் தமிழ் மொழிபெயர்ப்பைத் திருத்தச்சொல்லி

வேண்டியதற்கிணங்கத் தாம் அவருடைய வீட்டில் இருந்தபோது குள்ளச்சாமி வந்ததனையும், அவருடைய கையை அன்புடன் பற்றித் தனக்கு அவரை உணர்த்தத் தாம் வேண்டியதையும் 'பாரதி அறுபத்தாறு' பாடலிலே குறிப்பிட்டிருக்கின்றார். பற்றிய பாரதியின் கையை நெகிழ்த்து ஓட முயன்ற குள்ளச்சாமியைப் பாரதி தொடர்கின்றார். அந்த வீட்டின் கொல்லைப்பகுதிக்குச் சென்று சேர்ந்த குள்ளச்சாமி பின் வீடு இடிந்து சுவர்கள் வீழ்ந்த பாழ்மனை அருகில், ஒரு குட்டிச்சுவரைக் காட்டி, பின்னர்ச் சூரியனைக் காட்டி, அதன்பின் கிணற்றில் காட்சி தந்த பிம்பத்தைக் காட்டி அறிந்தனையா எனக் கேட்டதாகவும், அறிந்தேன் என விடை பகர்ந்ததாகவும் பாரதி குறிப்பிட்டிருக்கின்றார். அப்போது குள்ளச்சாமியின் செய்கையால் தாம் வேதாந்த மரத்தில் ஒரு வேரைக் கண்டதாகவும் மொழிந்திருக்கின்றார். குள்ளச்சாமி காட்டிய அந்தச் சைகைகளுக்குப் பொருளை, பாரதி அறுபத்தாறு பாடலில், வாயுவைப் பிராணாயாமத்தால் உள்ளே நிறுத்தி மண் போல், சுவர் போல் வாழ்தல் வேண்டும், கிணற்றுக்குள்ளே ஒளிமிக்க சூரியனின் உருவம் தெரிவது போல அப்போது உனக்குள்ளே சிவனைக் காணலாம், பேச்சுகளால் பயன் இல்லை, அனுபவத்தின் வழியாகப் பேரின்பத்தை எய்துவதே ஞானம் எனக் குள்ளச்சாமி உணர்த்தியதாகப் பாரதி குறிப்பிட்டிருக்கின்றார்.

மற்றொரு நாள் நடந்த நிகழ்ச்சியையும் பாரதி சுவைபட விவரித்திருக்கின்றார். குள்ளச்சாமி தனது முதுகின்மீது பழங்கந்தை அழுக்கு மூட்டை ஒன்றைச் சுமந்துகொண்டு வந்ததாகவும், அவரை நோக்கித் தாம் இச்செய்கை பித்தர்தம் செய்கையாகத் தோன்றுகின்றதே என வினவியதாகவும், அதற்கவர் தாம் புறத்திலே சுமப்பதாகவும், நீ அகத்திலே சுமக்கின்றாய் எனவும் சொல்லிவிட்டு விரைந்து சென்றுவிட்டார் எனக் கூறியிருக்கின்றார். இந்த இடத்தில் குள்ளச்சாமியின் செய்கையின் விளைவாகத் தோன்றியதே தமிழுலகம் கொண்டாடும் 'இன்று புதிதாய்ப் பிறந்தோம்' என்னும் பாரதியின் வைரவரி. குள்ளச்சாமி கதைகளின்மீது நம்பிக்கையில்லாதவர்கள்கூடக் குள்ளச்சாமிக்கு நன்றி செலுத்தவேண்டிய நிலை இந்த அருந்தொடரால் அரும்பிவிடுகின்றது. இந்த நிகழ்ச்சியை உரைநடையிலும் பாரதி மீண்டும் எடுத்துரைத்திருக்கின்றார். நடைமுறையிலுள்ள சொல்லுக்குப் பரிபாஷை விளக்கம் போலப் புதுப்பொருள்கள் சொல்லிய நிகழ்வையும் பாரதி குள்ளச்சாமி குறித்துக் காட்டியிருக்கின்றார். சில நிகழ்வுகளில் தனக்கு விநோதமான அனுபவங்களைக் குள்ளச்சாமி ஏற்படுத்தியதையும் விவரித்திருக்கின்றார். தாயுமானவர் பாடலைக் குள்ளச்சாமி

பாடிய நிகழ்வு, ஜகதீச சந்திர போஸ் கல்கத்தாவில் தம்முடைய விஞ்ஞானக்கூடத்தைத் திறந்துவைக்கும்போது பேசிய பேச்சின் செய்திகளை எடுத்துரைத்த நிகழ்வு முதலியவற்றையும் பாரதி விவரித்திருக்கின்றார்.

பகுத்தறிவுக் கண்கொண்டு நோக்குகையில் நம்ப இயலா நிகழ்வொன்றையும் பாரதி நடந்த நிகழ்வாகக் காட்டுகின்றார். ஒரு சூழலில் தன்னைப் பார்க்கச்சொல்லிப் பாரதிக்கும் பாரதியின் நண்பர் வேணு முதலிக்கும் கூறிய குள்ளச்சாமி விஸ்வரூபத் தோற்றம் காட்டியிருக்கின்றார். அந்தக் காட்சியைப் பாரதி இப்படி விவரித்திருக்கின்றார்.

> குள்ளச்சாமி நெடிய சாமி ஆய்விட்டார்.
>
> நாலே முக்கால் அடிபோல் தோன்றிய குள்ளச்சாமி ஏழே முக்கால் அடி உயரம் வளர்ந்து விட்டார்.
>
> ஒரு கண்ணைப் பார்த்தால் சூரியனைப் போல் இருந்தது. மற்றொரு கண்ணைப் பார்த்தால் சந்திரனைப் போல் இருந்தது. முகத்தின் வலப்புறம் பார்த்தால் சிவன்போல் இருந்தது. இடப்புறம் பார்த்தால் பார்வதியைப் போலவே இருந்தது. குனிந்தால் பிள்ளையார் போலிருந்தது. நிமிர்ந்து பார்க்கும்போது விஷ்ணுவின் முகத்தைப் போலே தோன்றிற்று.
>
> *(காலவரிசையில் பாரதி படைப்புகள், தொகுதி 14, ப. 319)*

என்று பாரதி விவரிக்கும் காட்சியை, குள்ளச்சாமி நெடிய சாமி ஆன விசுவரூப தரிசனத்தை நாம் எப்படி எதிர்கொள்வது? பாரதி எழுத்தின், விவரிப்புத் திறத்தின் விசுவரூப தரிசனம் என மட்டும் அமைதிகொள்ள வேண்டியதுதானோ! குள்ளச்சாமி மலையாள மொழி தெரிந்தவராக இருப்பதனையும் பாரதி காட்டுகின்றார். நெட்டை மாடன் என்னும் ஒரு பண்டாரம் கத்தி சுழற்றுவதில் திறன் மிக்கவன். அவனைப் பாரதி ஒரு மழைவேளையில் சங்கூதிக்கொண்டு வந்தபோது சந்திக்கிறார். அவன் தனக்குச் சமமாகக் கத்தி வீசத் தெரிந்தவர் இந்த ஊரில் ஒருவர்தான் உண்டு என்று சொல்லிவிட்டுப் பின்னர் அது குள்ளச்சாமிதான் என்று காட்டும்போது பாரதியோடு சேர்ந்து நாமும் வியப்படைகின்றோம். கத்தி வீசத் தெரிந்த வல்லாளராகவும் குள்ளச்சாமி காட்சிதருகின்றார். அற்புதங்களை நிகழ்த்தும் குள்ளச்சாமி அதே நேரத்தில் மந்திர, தந்திர, சக்கரங்களையெல்லாம் எடுத்துரைக்கும் ஒரு புத்தகத்தைத் தீயிட்டுக் கொளுத்துகின்ற புரட்சியாளராகவும் முகம்காட்டுகிறார். வேணு முதலிக்குத் தன்னை உணர்த்தும் ஒரு தருணத்தில்

தானே தேவர்களுக்குத் தலைவன், தானே விஷ்ணு, தானே சிவன் மகன் குமாரன், தானே கணபதி, தானே அல்லா, தானே யேசு கிறிஸ்து, தானே எல்லா உயிர்களும் என்று சொல்லு மிடத்தில் மதங்கள் தாண்டிய குள்ளச்சாமியின் மனோபாவம் வெளிப்பட்டு நிற்கின்றது. வழக்கமான வைதிக சமயச் சாமியார்களில் ஒருவர் அல்லர் குள்ளச்சாமி. சித்தர் மரபில் வந்த ஒருவராகவே குள்ளச்சாமியைக் குறிக்க வேண்டியிருக்கின்றது. இன்னும் பலப்பல அனுபவங்களைக் குள்ளச்சாமி தொடர்பாகப் பாரதி பதிவுசெய்திருக்கின்றார்.

~

புதுவையிலிருந்து வெளியேறிக் கடலூருக்கருகில் கைதுசெய்யப் பட்ட பாரதி பின் விடுதலையடைகின்றார். கடயம் சென்று சில காலம் வசிக்கிறார். எட்டயபுரம், குற்றாலம் முதலிய ஊர்களுக்கும் சென்று திரும்புகிறார். பத்தாண்டுக்கால இடைவெளிக்குப் பின்னர் முதன்முறையாகச் சென்னைக்குப் பயணம் மேற்கொள்கின்றார். ஐந்து கூட்டங்களை ஏற்பாடு செய்து பேசத் திட்டமிடுகின்றார். ஒரு கூட்டத்திற்குப் புகழ்பெற்ற நீதிபதி சர் எஸ். சுப்பிரமணிய ஐயர் தலைமைதாங்கியிருக் கின்றார். இன்னொரு கூட்டத்திற்குச் ‘சுதேசமித்திரன்’ ஆசிரியர் ஏ. அரங்கசாமி ஐயங்கார் தலைமைதாங்கியிருக்கின்றார். ஒரு நிகழ்ச்சிக்குத் தலைமைதாங்கத்தான் மகாத்மா காந்தியைப் பாரதி காந்தியுடனான சந்திப்பில் கேட்டார். இந்த வரிசையில் ‘பிரம்ம ஸ்தாபனம்’ அல்லது ‘நானே கடவுள்’ என்னும் பொருளில் பேசும் சொற்பொழிவுக்குத் தலைமைதாங்கக் குள்ளச்சாமியைப் புதுவையிலிருந்து பாரதி வரவழைத்தார். அவர் தலைமையில் சொற்பொழிவை நிகழ்த்தினார். இந்தச் சொற்பொழிவு 1919 மார்ச் 17ஆம் நாள் கோகலே அரங்கில் நடைபெற்றது. இந்தச் சொற்பொழிவு குறித்த ஒரு செய்திப் பதிவை மட்டுமே பாரதியியல் முன்னோடி சீனி. விசுவநாதன் கண்டறிந்திருந்தார். அந்தப் பதிவால் இந்த நிகழ்ச்சிக்குத் தலைமைதாங்கியது யார் என்பது தெரியாமல் இருந்தது. இந்த நிகழ்ச்சி தொடர்பான முதற்பதிவை நான் கண்டறிந்தேன். அந்தப் பதிவில் “பிரம்ம ஸ்வரூபியான மாங்கொட்டைச்சாமி அக்கிராசனம் வகிப்பார்” என்னும் குறிப்பு இடம்பெற்றிருந்தது. இந்தத் தருணத்தில்தான் வ.உ.சி., பாரதி, குள்ளச்சாமி சந்திப்பும் நிகழ்கிறது. இந்த நிகழ்ச்சிக்குக் குள்ளச்சாமியை வரவழைக்கத்தான் பாரதி புதுவையிலிருந்த பொன்னு. முருகேசம் பிள்ளையின் இளையமகன் கனகராஜாவுக்குக் கடிதம் எழுதுகின்றார். அந்தக் கடிதத்தின் முதல் பக்கம் மட்டுமே கிடைத்துள்ளது. ‘சித்திர

பாரதி'யில் ரா.அ. பத்மநாபன் அதனை வெளியிட்டிருக்கின்றார். பாரதி தன் சொற்பொழிவுக்குக் குள்ளச்சாமி தலைமைதாங்க வேண்டும் என விரும்பி இந்த ஏற்பாட்டைச் செய்திருக்கின்றார். பாரதியின் அழைப்பிற்கிணங்கச் சென்னை வந்த குள்ளச்சாமி நிகழ்ச்சிக்குத் தலைமைதாங்கியபோது மட்டும் வழக்கத்துக்கு மாறாக வேட்டியும் சட்டையும் தலையில் காவியேறிய ஒரு முண்டாசும் கட்டியிருந்தாராம். கூட்டத்தினருக்கு அவரைப் பாரதியார் அறிமுகம் செய்துவைத்திருக்கின்றார். "மகா ஞானாசிரியன்" என்றெல்லாம் பாரதி அவரைப் புகழ்ந்து பேசியிருக்கின்றார். ஆனால் பாரதியின் சொற்பொழிவு நிகழ்ச்சியின் தொடக்கத்திலோ இறுதியிலோ குள்ளச்சாமி தன் வாயைத் திறந்து எதுவுமே பேசவில்லையாம். இவையெல்லாம் நிகழ்ச்சியை நேரடியாகக் கண்ட ப. கோதண்டராமனின் நினைவுரையில் இடம்பெற்ற செய்திகளாகும் (*புதுவையில் பாரதி*, பக். 154–5).

புதுவையை விட்டு வெளியேறிய பின்பும் பாரதி குள்ளச்சாமியின்மீது கொண்டிருந்த அன்பையும் மதிப்பையும் இந்த நிகழ்ச்சி வெளிப்படுத்துகின்றது.

~

குள்ளச்சாமியுடன் பாரதிக்குத் தொடர்பு ஏற்பட்ட காலம் எதுவாக இருக்கும்? புதுச்சேரியில் பாரதி வசித்த காலம் எனப் பொதுவாகச் சொன்னாலும் 'சுதேசமித்திர'னில் குள்ளச்சாமி குறித்து முதன்முதலில் பாரதி எழுதிய கட்டுரை 2–6–1917இல் வெளிவந்ததையொட்டி 1917ஆம் ஆண்டளவில் இருவருக்குமான தொடர்பு ஏற்பட்டிருக்கும் எனக் கொள்ளலாம். 1908ஆம் ஆண்டின் இறுதிப்பகுதியில் பாரதி புதுவைக்குச் சென்றபோதிலும் 1917ஆம் ஆண்டளவிலேயே குள்ளச்சாமியுடன் தொடர்பு ஏற்பட்டிருக்க வேண்டும். அப்போது தொடங்கிய நேரடித் தொடர்பு எப்போதுவரை நீடித்தது? பாரதியின் புதுவை வாழ்க்கை கடந்து பாரதியின் முதல் சென்னைப் பயணத்திலும் தொடர்ந்த இந்த உறவு 1919 மார்ச் மாதம் 17ஆம் தேதி சென்னையில் பாரதியின் சொற்பொழிவுக்குக் குள்ளச்சாமி தலைமைதாங்கிய நிகழ்வையொட்டிய காலம்வரை தொடர்ந்திருக்கின்றது என்பதை உறுதிசெய்ய முடிகின்றது.

~

குள்ளச்சாமியைப் பற்றிப் பாரதி எத்தனை எத்தனையோ சிகரச் சொற்களால் சிறப்பித்து எழுதியிருக்கின்றார்; பாடியிருக்கின்றார்.

பாரதியைப் பற்றிக் குள்ளச்சாமிக்கு எழுத வாய்ப்பில்லை. பாரதியைப் பற்றிப் பேச வாய்ப்பிருந்த சொற்பொழிவுத் தலைமையிலும் அவர் வாயே திறக்கவில்லை. ஆனாலும் பாரதியைப் பற்றி அவர் சொன்னவற்றைப் ப. கோதண்டராமனும் வி.எஸ். குஞ்சிதபாதமும் நினைவுகூர்ந்திருக்கின்றனர். "பாரதி தங்கமானவன்" என்று குள்ளச்சாமி பலமுறை கூறியிருக் கின்றார் என்பது ப. கோதண்டராமனின் பதிவு. பாரதியை ஒரு வாடாமல்லிகை மலராகக் குள்ளச்சாமி குறிப்பிட்டதை ஒரு நிகழ்ச்சியின் வாயிலாக வி.எஸ். குஞ்சிதபாதம் நினைவு கூர்ந்திருக்கின்றார். ஸ்வாமிநாத தீக்ஷிதர் வீட்டிற்குப் பாரதி வந்திருக்கக்கூடும் என்று எண்ணிக் குள்ளச்சாமி அங்கு வந்திருக்கின்றார். தீக்ஷிதரின் மகன் குஞ்சிதபாதத்தை, தம் கையில் ஒரு பொருளை வைத்துக்கொண்டு அதைச் சுட்டிக்காட்டியபடியே அழைத்திருக்கின்றார். குஞ்சிதபாதம் குள்ளச்சாமியை நெருங்கி அவர் சுட்டிக்காட்டிய பொருளைப் பார்க்க, அது ஒரு வாடாமல்லிகை மலராக இருந்திருக்கின்றது. அந்த மலரை அவருக்கு முன்னே நீட்டி "இவர் இருக்கிறாரா?" என்று கேட்டிருக்கின்றார் குள்ளச்சாமி. அந்தக் குறியீட்டுப் பேச்சின் பொருளறிய முடியாத குஞ்சிதபாதம் "யார் அது?" எனக் கேட்க, சிரித்துக்கொண்டே "பாரதி" என்று பதிலளித்திருக்கின்றார் குள்ளச்சாமி (*புதுவையில் பாரதியார்*, ப. 103).

குள்ளச்சாமி 'வாடாமல்லிகை' எனப் பாராட்டிய பாரதி தமிழிலக்கியச் சோலையில் என்றென்றும் வாடாத மல்லிகை மலராகத் திகழ்ந்துகொண்டிருக்கின்றார்.

~

மகாஞானி எனப் பாரதி போற்றிய குள்ளச்சாமி ஒருவருடைய பார்வையிலும் மதிப்பீட்டிலும் 'மக்கு' ஆகக் காட்சியளித் திருக்கின்றார். தன் வீட்டில் தங்கியிருந்த வேளைகளில் அருகிருந்து கவனித்த வ.உ.சி. "அறிவில் மேதாவியாகிய நம் பாரதியாருக்கு இம்மக்கிடத்தில் எப்படிப் பற்றுண்டாயிற்றென்று அதிசயித்தேன்" என்று எழுதியிருக்கின்றார். பாரதிக்குக் குள்ளச்சாமி மகாஞானி; வ.உ.சி.க்கோ குள்ளச்சாமி வெறும் மக்கு. இந்த இருதுருவ வேறுபாட்டு மதிப்பீட்டை எப்படிப் பார்ப்பது? சித்த புருஷர்கள் மிகச் சாதாரணமாகவே நடந்துகொள்வார்கள். வலியத் தங்களை வெளிப்படுத்திக்கொள்ள மாட்டார்கள் எனக் கூறப்படும் மரபை அடியொற்றுவதா? பாரதியே வற்புறுத்தி வற்புறுத்திக் குள்ளச்சாமியிடம் "உத்தமனே எனக்கு நினை உணர்த்துவாய்" என வேண்டிக்கொண்டதன்பின்னரே குள்ளச்சாமி தன்னை உணர்த்தினார் என்பதைப் 'பாரதி அறுபத்தாறு' பாடல்

காட்டுகின்றதே! பாரதிக்கே வற்புறுத்திய பின் தன்னை உணர்த்திய குள்ளச்சாமி வ.உ.சி.க்கு மட்டும் எடுத்த எடுப்பிலேயே உணர்த்திவிடுவாரா என்ன? அதன் விளைவே இந்த மக்குத் தோற்றம் என்றுதான் அமைதிகொள்ள வேண்டியிருக்கின்றது.

~

பாரதிக்கு ஏற்பட்ட போதைப்பொருட் பழக்கத்திற்குக் காரண மான சாமியார்களுள் குள்ளச்சாமியும் ஒருவர். தம் வீட்டிற்கு வந்து தங்கியிருந்த வேளையில் இருவரும் அதனை உட்கொண் டதைக் குறித்து வ.உ.சி. வெளிப்படையாகவே எழுதியிருக் கின்றார். வ.உ.சி.யின் வீட்டிற்கு முதல் நாள் இரவு பாரதியும் குள்ளச்சாமியும் வந்து தங்கினர். மறுநாள் பிற்பகலில் சாப்பிட்டுவிட்டு மூவரும் ஒரு தூக்கம்போட்டிருக்கின்றனர். திடீரெனப் பாரதியும் குள்ளச்சாமியும் உல்லாசமாகப் பேசிக்கொள்ளும் சத்தம் தூங்கிக்கொண்டிருந்த வ.உ.சி.யை எழுப்பியிருக்கிறது. கண்விழித்த வ.உ.சி. ஒரு காட்சியைக் காண்கிறார். இருவரும் தகரடப்பா ஒன்றிலிருந்து ஆளுக்கு ஓர் எலுமிச்சங்காய் அளவு லேகியம் ஒன்றை எடுத்து வாயில் போட்டுக்கொள்கின்றனர். "அது என்ன" என்று வ.உ.சி. கேட்க, "அது மோட்ச லோகத்திற்குக் கொண்டுபோகும் மருந்து" என்று பாரதி பதிலளித்திருக்கின்றார். "பாவிகளா! எலுமிச்சங்காயளவா?" என்று வ.உ.சி. கேட்க "உனக்குப் பயந்துதான் இச்சிறிய அளவு கொள்கின்றோம்" என்றாராம் பாரதி. பின்னர்ப் பல பேசியும் பல பாடியும் அன்று மாலையையும் இரவையும் மறுநாள் காலையை யும் வ.உ.சி.யோடு இருவரும் கழித்திருக்கின்றனர். மறுநாள் மூவரும் பாரதியின் நண்பர் வழக்கறிஞர் எஸ். துரைச்சாமி ஐயர் வீட்டுக்குச் சென்றிருக்கின்றனர். அன்று பிற்பகலில் அங்கும் முதல்நாள் போலவே லேகியம் தின்னும் படலம் நடந்தேறியிருக்கின்றது (*வ.உ.சி.யும் பாரதியும்*, பக். 53, 54).

வ.உ.சி. நேரடியாகக் கண்ட காட்சியின் பதிவுகள் இவை. பாரதியின் முதல் சென்னைப் பயணத்தின்போது 1919இல் நடந்த நிகழ்ச்சி இது. பாரதி புதுவையில் வசித்தபோதே வ.வே.சு. ஐயர் குள்ளச்சாமியின் பெயரைச் சொல்லாமல் ஆனால் குறிப்பாகச் சுட்டிப் பேசியிருக்கின்றார். புதுவை வாழ்க்கைக் காலத்தில் ஒருநாள் அதிகாலையில் பாரதியின் ஞானப்புதல்வி யதுகிரியும் அவருடைய தந்தை ஸ்ரீநிவாஸாச்சாரியாரும் யதுகிரியின் தங்கையும் கடற்கரைக்குச் சென்றிருக்கின்றனர். அப்போது கம்பீரமான குரலில் திருவாய்மொழிப் பாட்டு உதய ராகத்திலே உள்ளத்தை உருக்கும்படி ஒலித்திருக்கின்றது. அதைக்

கேட்டு அருகில் சென்ற அவர்கள் பாரதியைக் காண்கின்றனர். அன்று மாலை யதுகிரியின் வீட்டிற்கு வந்த வ.வே.சு. ஐயரிடம் காலையில் நடந்தவற்றை யதுகிரி கூறியிருக்கின்றார். இருவரும் பாரதியின் செயல்மாறுபாடுகளைப் பற்றிப் பேசியிருக்கின்றனர். அப்போது வ.வே.சு. ஐயர், வீட்டுத் தொல்லைகளை மறக்கவும் தற்காலிகமாகக் கற்பனா உலகத்தில் சந்தோஷமாக இருக்கவும் லாகிரி வஸ்துக்களைப் பாரதி பழக்கிக்கொண்டிருக்கின்றார் எனச் சொல்லி வருகையில் "சாமியார், பண்டாரம் முதலிய சிலரின் கூட்டுறவு அவரை வேறு வழியில் இழுத்துச்செல்கிறது" (*பாரதி நினைவுகள்*, பக். 92, 93) எனக் கூறியிருக்கின்றார். தம்பி எனப் பாரதி போற்றிய பரலி சு. நெல்லையப்பர் பாரதியின் மரணத்தைக் குறித்து எழுதிய கட்டுரையில், "பாரதியாருக்கு வறுமையின் கொடுமையாலும் ஒரு சாமியாரின் கூட்டுறவாலும் அவர் புதுவையில் இருந்தபொழுது கஞ்சாப் பழக்கம் ஏற்பட்டுவிட்டது" (*பாரதியைப் பற்றி நண்பர்கள்*, ப. 204) எனக் குறிப்பிட்டுள்ளார். இக்கூற்றில் இடம்பெற்றுள்ள "ஒரு சாமியார்" என்பது குள்ளச்சாமியையே குறிப்பதாதல் வேண்டும்.

குள்ளச்சாமி முதலியோரின் தொடர்பால் ஞானப் பாதையில் நடைபோட்டதைப் போலவே போதைப் பாதையிலும் பாரதி நடைபோட்டிருக்கின்றார். பாரதியின் உடலை இந்தப் பழக்கம் பாதித்ததே தவிர அவருடைய படைப்புத்திறத்தையோ பாடும் திறத்தையோ சிந்தனைத் தெளிவையோ பெரிதும் பாதிக்கவில்லை என்பது உறுதி. உதய ராகத்தில் பாடிய உருக்கமான பாட்டைப் பற்றி யதுகிரி நினைவுகூர்ந்ததும், பிந்தைய காலங்களில் பாரதி படைத்த படைப்புகளும் இதனை உறுதிசெய்கின்றன.

~

பாரதி வாழ்வென்னும் காப்பியத்தின் முக்கியமான படலங்களுள் ஒன்று குள்ளச்சாமி – பாரதி உறவுப் படலம். இந்த முக்கியமான படலமே காப்பியத்தின் முடிவுரைப் படலத்திற்கு ஒருவகையில் காரணமாகிவிட்டதோ என்னும் விமர்சனமும் வினாவும் எழுகின்றன. பாரதியின் எழுத்துகள் குள்ளச்சாமிக்கு இலக்கியத்தில் தீர்க்காயுளை வழங்கிவிட்டன. அதைப் போலவே குள்ளச்சாமியின் தொடர்பு பாரதிக்கும் தமிழுக்கும் தீர்க்காயுள் கொண்ட பல கவிதைகளையும் கட்டுரைகளையும் வழங்கிவிட்டன. ஆனால் குள்ளச்சாமி முதலியோர் பழக்கிவைத்த பழக்கங்கள் பாரதிக்கு அற்பாயுளை வழங்கிவிட்டனவோ? ஆனால் பாரதி இறந்து நெடுங்காலத்திற்குப்

பின்னும் குள்ளச்சாமி உயிரோடு இருந்திருக்கின்றாரே! கஞ்சாப் பழக்கம் மட்டும் காரணமில்லையோ? தெரியவில்லை. எவரே முடிவு சொல்ல வல்லார்?

~

பாரதி வாழ்க்கையிலும் பாரதியியலிலும் குள்ளச்சாமி தவிர்க்க இயலாத முக்கியமான ஆளுமை. பாரதி – குள்ளச்சாமி தொடர்பி லான கவிதைப் பதிவுகள், கட்டுரைப் பதிவுகள், சொற்பொழிவுப் பதிவுகள், உடன் பழகியோர் நினைவுப் பதிவுகள் முதலிய அனைத்தையும் ஒருசேரத் திரட்டித் தமிழுலகுக்கு வழங்கும் இந்த நூல் பாரதி – குள்ளச்சாமி தொடர்பு வரலாற்றைத் துலக்கிக்காட்டும் ஆவணப் பதிவாகும். இந்நூலில் இடம்பெறும் குள்ளச்சாமி தொடர்பிலான பாரதியின் கட்டுரைகள் 'சுதேசமித்திரன்' இதழிலிருந்து நேரடியாக எடுத்தளிக்கப்பெற்றவையாகும். ஆதாரபூர்வமான மூலப்பதிவுகளை அடியொற்றியவையாகும். குள்ளச்சாமி தலைமையில் பாரதி ஆற்றிய சொற்பொழிவு விவரம் 'சுதேசமித்திர'னிலிருந்து முதன்முறையாக என்னால் கண்டறியப்பட்டதாகும். பாரதி மறைவுக்குப் பிந்தைய காலத்தில் 'சுதேசமித்திரன்' இதழில் ஓவியர் கே.ஆர். சர்மா வரைந்த பாரதி – குள்ளச்சாமி குறித்த ஓர் ஓவியம் ரா.அ. பத்மநாபனின் 'சித்திர பாரதி'யில் முதலில் இடம்பெற்றிருந்தது. ஓவியம் 'சுதேசமித்திர'னில் 1930இல் வெளிவந்ததாகச் 'சித்திர பாரதி' சுட்டியிருந்தது. இப்போது அந்த ஓவியம் உட்படப் பாரதி – குள்ளச்சாமி குறித்த நான்கு ஓவியங்களை (பாரதி பாடல்களுக்கான ஓவியங்கள்) நான் கண்டறிந்துள்ளேன். 'சித்திர பாரதி'யில் உள்ளதுபோல அவ்வோவியம் 1930இல் வெளிவரவில்லை; 1934ஆம் ஆண்டில்தான் வெளிவந்துள்ளது. நான்கு ஓவியங்களும் உரிய காலக் குறிப்போடு முதன்முறையாக இந்நூலில்தான் இடம்பெறுகின்றன.

~

இந்நூலை உருவாக்கும் என் எண்ணத்தைப் பகிர்ந்து கொண்டவுடன் பாரதியியல் அறிஞர் என் அன்பிற்கினிய ஆ. இரா. வேங்கடாசலபதி எல்லா வகையிலும் வழக்கம் போலத் துணைநின்றார்; நூலை வளப்படுத்தினார். அன்பிற்கினிய 'காலச்சுவடு' கண்ணன் அவர்கள் இந்நூல் சிறப்பாக வெளிவர வழிசமைத்திருக்கின்றார். இந்நூற்பணி தொடர்பாகக் 'காலச்சுவடு' ம. ஸ்டெனோலின், ஜி.ஆர். மணிகண்டன், எழுத்தாளர் அரவிந்தன் முதலியோர் துணை நின்றிருக்கின்றனர்.

புதுதில்லியிலுள்ள நேரு நூலகம் முதன்மை நிலையிலும், பிற நூலகங்கள், ஆவணக் காப்பகங்கள் அடுத்த நிலையிலும் இந்நூலுக்கான ஆதாரங்களைத் தேடித் திரட்டப் பயன்பட்டிருக்கின்றன. இந்நூல் உருவாக்கத்தில் என் அன்பிற்கும் வாழ்த்துதலுக்கும் உரிய என் முனைவர் பட்ட ஆய்வு மாணவச் செல்வங்கள் செல்வி ஏ. கவிதா, செல்வி கோ. லோகேஸ்வரி, திரு. சி. இளங்கோ ஆகியோர் துணைநின்றுள்ளனர். தமிழுலகம் அவர்களுக்கு என்னோடு சேர்ந்து வாழ்த்துகளை வழங்கட்டும்.

இந்நூற்பணிகள் நிறைவுபெறும் தருணத்தில் எனது ஆய்வுத் தேடலுக்காகக் குளிரிலும் கோடையிலும் என்னோடு பயணம் செய்து துன்பங்களை ஏற்ற என் மனைவி திருமதி ம. சாந்தி, என் அன்பு மகன் ம. நச்சினார்க்கினியன் ஆகியோரையும், என் வாழ்க்கைப் பயணத்தில் இடையறாமல் தொடர்ந்து துணை நிற்கின்ற உடன்பிறவாச் சகோதரர்கள் திரு. தி. வேணுகோபால், திரு. தி. நடராசன் ஆகியோரையும் எண்ணி நெஞ்சம் நிறைகின்றேன்.

பாரதி "ஒரு தெய்வம் துணை செய்ய வேண்டும்" என்று வேண்டினார். என் வாழ்வில் இதம் சேர்த்தும் அர்ப்பணித்தும் ஒரு 'தெய்வதம்', ஏமம் செய்து இரு தெய்வதங்கள் எனப் பெயர் விழையா மூன்று மானுட தெய்வதங்கள் துணைசெய்திருக்கின்றன. என் வாழ்க்கைப் பயணத்தில் இவர்களின் பங்கு பெரிது. இவர்களை எண்ணி இந்நூல் நிறைவுபெறும் தருணத்தில் நெகிழ்கின்றேன்; நினைந்து போற்றுகின்றேன்.

~

"இன்று புதிதாய்ப் பிறந்தோம்" என்று எழுதத் தூண்டியவரையும் எழுதியவரையும் இணைத்து நினைக்கும் நூல் இது. பாரதியை முழுமைப்படுத்த, பாரதியியலைச் செழுமைப்படுத்த இத்தகைய ஒருபொருள் நுதலிய நூல்கள் பல தோன்றுதல் வேண்டும். அவ்வகையில் மலர்கின்ற இந்நூலின் மணத்தில் தமிழுலகம் திளைக்கும் என்பது என் நம்பிக்கை. இக்களத்தில் இன்னும் கூடுதலான செய்திகளை எதிர்காலத் தேடல்கள் நல்கும் என்பதும் என் நம்பிக்கை. என் நம்பிக்கைகள் மெய்ப்படட்டும்.

சென்னை   ய. மணிகண்டன்

பகுதி 1

பாரதி பார்வையில் குள்ளச்சாமி

கவிதை

1. பாரதி அறுபத்தாறு

குருக்கள் ஸ்துதி

(குள்ளச்சாமி புகழ்)

ஞானகுரு தேசிகனைப் போற்று கின்றேன்
    நாடனைத்துந் தானாவான், நலிவி லாதான்,
மோனகுரு திருவருளாற் பிறப்பு மாறி
    முற்றிலுநா மமரநிலை சூழ்ந்து விட்டோம்;
தேனனைய பராசக்தி திறத்தைக் காட்டிச்
    சித்தினியல் காட்டிமனத் தெளிவு தந்தான்.
வானகத்தை யிவ்வுலகி லிருந்து தீண்டும்
    வகையுணர்த்திக் காத்தபிரான் பதங்கள் போற்றி. 19

எப்போதுங் குருசரண நினைவாய் நெஞ்சே
    எம்பெருமான் சிதம்பரதே சிகன்றா ளெண்ணாய்
முப்பாழுங் கடந்தபெரு வெளியைக் கண்டான்
    முக்தியெனும் வானகத்தே பரிதி யாவான்
தப்பாத சாந்தநிலை யளித்த கோமான்
    தவநிறைந்த மாங்கொட்டைச் சாமித் தேவன்
குப்பாய ஞானத்தால் மரண மென்ற
    குளிர்நீக்கி யெனைக்காத்தான் குமார தேவன். 20

தேசத்தா ரிவன்பெயரைக் குள்ளச் சாமி,
    தேவர்பிரா னென்றுரைப்பார் தெளிந்த ஞானி
பாசத்தை யறுத்துவிட்டான், பயத்தைச் சுட்டான்;
    பாவனையாற் பரவெளிக்கு மேலே தொட்டான்
நாசத்தை யழித்துவிட்டான், யமனைக் கொன்றான்
    ஞானகங்கை தனைமுடிமீ தேந்தி நின்றான்,
ஆசையெனுங் கொடிக்கொருதாழ் மரமே போன்றான்
    ஆதியவன் சுடர்பாதம் புகழ்கின் றேனே. 21

---

* *காலவரிசையில் பாரதி பாடல்கள்*, பக். 1056–1062.

வாயினாற் சொல்லிடவு மடங்கா தப்பா;
வரிசையுட னெழுதிவைக்க வகையு மில்லை.
ஞாயிற்றைச் சங்கிலியா லளக்க லாமோ?
ஞானகுரு புகழினைநாம் வகுக்க லாமோ?
ஆயிரநூ லெழுதிடினு முடிவு றாதாம்
ஐயனவன் பெருமையைநான் சுருக்கிச் சொல்வேன்.
காயகற்பஞ் செய்துவிட்டா னவன்வாழ் நாளைக்
கணக்கிட்டு வயதுரைப்பார் யாரு மில்லை. 22

குரு தர்சனம்

அன்றொருநாட் புதுவைநகர் தனிலே கீர்த்தி
அடைக்கலஞ்சே ரீசுவரன் தர்ம ராஜா
என்றபெயர் வீதியிலோர் சிறிய வீட்டில்
ராஜாரா மையனென்ற நாகைப் பார்ப்பான்
முன்றனது பிதாதமிழி லுபநி டத்தை
மொழிபெயர்த்து வைத்ததனைத் திருத்தச் சொல்லி
என்றனைவேண் டிக்கொள்ள, யான்சென் றாங்கண்
இருக்கையிலே யங்குவந்தான் குள்ளச் சாமி. 23

அப்போது நான்குள்ளச் சாமி கையை
அன்புடனே பற்றியிது பேச லுற்றேன்:
"அப்பனே தேசிகனே ஞானி யென்பார்
அவனியிலே சிலர்நின்னைப் பித்த னென்பார்
செப்புறுநல் லஷ்டாங்க யோக சித்தி
சேர்ந்தவனென் றுனைப்புகழ்வார் சிலரென் முன்னே
ஓப்பனைகள் காட்டாம லுண்மை சொல்வாய்,
உத்தமனே, எனக்குநினை உணர்த்து வாயே. 24

"யாவனீ? நினக்குள்ள திறமை யென்னே?
யாதுணர்வாய்? கந்தைசுற்றித் திரிவ தென்னே?
தேவனைப்போல் விழிப்பதென்னே? சிறியா ரோடும்
தெருவிலே நாய்களொடும் விளையாட் டென்னே?
பாவனையிற் பித்தரைப்போ லலைவ தென்னே?
பரமசிவன் போலுருவம் படைத்த தென்னே?
ஆவலற்று நின்றதென்னே? அறிந்த தெல்லாம்
ஆரியனே, யெனக்குணர்த்த வேண்டு" மென்றேன். 25

பற்றியகை திருகியந்தக் குள்ளச் சாமி
பரிந்தோடப் பார்த்தான்;யான் விடவே யில்லை.
சுற்றுமுற்றும் பார்த்துப்புன் முறுவல் பூத்தான்;
தூயதிருக் கமலபதத் துணையைப் பார்த்தேன்;
குற்றமற்ற தேசிகனுந் திமிறிக் கொண்டு
குதித்தோடி யவ்வீட்டுக் கொல்லை சேர்ந்தான்;
மற்றவன்பின் யானோடி விரைந்து சென்று
வானவனைக் கொல்லையிலே மறித்துக் கொண்டேன். 26

உபதேசம்

பக்கத்து வீடிடிந்து சுவர்கள் வீழ்ந்த
பாழ்மனையொன் றிருந்ததங்கே; பரம யோகி
ஒக்கத்தன் னருள்விழியா லென்னை நோக்கி
ஒருகுட்டிச் சுவர்காட்டிப் பரிதி காட்டி
அக்கணமே கிணற்றுளதன் விம்பங் காட்டி
"அறிதிகொலோ ?" எனக்கேட்டான் "அறிந்தேன்" என்றேன்.
மிக்கமகிழ் கொண்டவனுஞ் சென்றான்; யானும்
வேதாந்த மரத்திலொரு வேரைக் கண்டேன். 27

தேசிகன்கை காட்டியெனக் குரைத்த செய்தி
செந்தமிழி லுலகத்தார்க் குணர்த்து கின்றேன்;
"வாசியைநீ கும்பகத்தால் வலியக் கட்டி
மண்போலே சுவர்போலே வாழ்தல் வேண்டும்;
தேசுடைய பரிதியுருக் கிணற்றி னுள்ளே
தெரிவதுபோ லுனக்குள்ளே சிவனைக் காண்பாய்;
பேசுவதிற் பயனில்லை; அனுப வத்தாற்
பேரின்ப மெய்துவதே ஞான" மென்றான். 28

கையிலொரு நூலிருந்தால் விரிக்கச் சொல்வேன்,
கருத்தையதிற் காட்டுவேன்; வானைக் காட்டி,
மையிலகு விழியாளின் காத லொன்றே
வையகத்தில் வாழுநெறி யென்று காட்டி,
ஐயனெனக் குணர்த்தியன பலவா ஞானம்,
அதற்கவன்காட் டியகுறிப்போ அநந்த மாகும்.
பொய்யறியா ஞானகுரு சிதம்ப ரேசன்
பூமிவிநா யகன்குள்ளச் சாமி யங்கே 29

மற்றொருநாட் பழங்கந்தை யழுக்கு மூட்டை
வளமுறவே கட்டியவன் முதுகின் மீது
கற்றவர்கள் பணிந்தேத்துங் கமலப் பாதன்
கருணைமுன் சுமந்துகொண்டென் னெதிரே வந்தான்.
சற்றுநகை புரிந்தவன்பாற் கேட்க லானேன்:
"தம்பிரா னேயிந்தத் தகைமை யென்னே ?
முற்றுமிது பித்தருடைச் செய்கை யன்றோ ?
மூட்டைசுமந் திடுவதென்னே ? மொழிவாய்" என்றேன். 30

புன்னகைபூத் தாரியனும் புகலு கின்றான்:
"புறத்தேநான் சுமக்கின்றேன்; அகத்தி னுள்ளே
இன்னதொரு பழங்குப்பை சுமக்கி றாய்நீ"
என்றுரைத்து விரைந்தவனு மேகி விட்டான்.
மன்னவன்சொற் பொருளினையான் கண்டு கொண்டேன்.
மனத்தினுள்ளே பழம்பொய்கள் வளர்ப்ப தாலே.
இன்னலுற்று மாந்தரெலா மடிவார் வீணே,
இருதயத்தில் விடுதலையை இசைத்தல் வேண்டும். 31

சென்றதினி மீளாது மூடரே, நீர்
எப்போதுஞ் சென்றதையே சிந்தை செய்து
கொன்றழிக்குங் கவலையெனுங் குழியில் வீழ்ந்து
குமையாதீர்; சென்றதனைக் குறித்தல் வேண்டா.
இன்றுபுதி தாப்பிறந்தோ மென்று நெஞ்சில்
எண்ணமதைத் திண்ணமுற இசைத்துக் கொண்டு
தின்றுவிளை யாடியின்புற் றிருந்து வாழ்வீர்.
அஃதின்றிச் சென்றதையே மீட்டு மீட்டும் 32

மேன்மேலு நினைந்தழுதல் வேண்டா, அந்தோ!
மேதையில்லா மானுடரே மேலு மேலும்
மேன்மேலும் புதியகாற் றெம்முள் வந்து
மேன்மேலும் புதியவுயிர் விளைத்தல் கண்டீர்,
ஆன்மாவென் றேகருமத் தொடர்பை யெண்ணி
அறிவுமயக் கங்கொண்டு கெடுகின் றீரே!
மான்மானும் விழியுடையாள் சக்தி தேவி
வசப்பட்டுத் தனைமறந்து வாழ்தல் வேண்டும். 33

சென்றவினைப் பயன்களெனைத் தீண்ட மாட்டா!
"ஸ்ரீதரன்யான் சிவகுமா ரன்யா னன்றோ?
நன்றிந்தக் கணம்புதிதாப் பிறந்து விட்டேன்
நான்புதியன், நான்கடவுள், நலிவி லாதோன்"
என்றிந்த வுலகின்மிசை வானோர் போலே
இயன்றிடுவார் சித்தரென்பார்; பரம தர்மக்
குன்றின்மிசை யொருபாய்ச்ச லாகப் பாய்ந்து,
குறிப்பற்றார் கேடற்றார் குலைத லற்றார். 34

குறியனந்த முடையோராய்க் கோடி செய்தும்
குவலயத்தில் வினைக்கடிமைப் படாதா ராகி
வெறியுடையோன் உமையாளை யிடத்தி லேற்றோன்
வேதகுரு பரமசிவன் வித்தை பெற்றுச்
செறிவுடைய பழவினையா மிருளைச் செற்றுத்
தீயினைப்போல் மண்மீது திரிவார் மேலோர்.
அறிவுடைய சீடா,நீ குறிப்பை நீக்கி
அநந்தமாந் தொழில்செய்தா லமர னாவாய். 35

கேளப்பா, மேற்சொன்ன உண்மை யெல்லாம்
கேடற்ற மதியுடையான் குள்ளச் சாமி
நாளும்பல் காட்டாலும் குறிப்பி னாலும்
நலமுடைய மொழியாலும் விளக்கித் தந்தான்
தோளைப்பார்த் துக்களித்தல் போலே யன்னான்
துணையடிகள் பார்த்துமனங் களிப்பேன் யானே
வாளைப்பார்த் தின்பமுறு மன்னர் போற்று
மலர்த்தாளான் மாங்கொட்டைச் சாமி வாழ்க. 36

கோவிந்தஸ்வாமி புகழ்

மாங்கொட்டைச் சாமிபுகழ் சிறிது சொன்னோம்;
வண்மைதிகழ் கோவிந்த ஞானி, பார்மேல்
யாங்கற்ற கல்வியெலாம் பலிக்கச் செய்தான்;
எம்பெருமான் பெருமையையிங் கிசைக்கக் கேளீர்,
தீங்கற்ற குணமுடையான் புதுவை யூரார்
செய்தபெருந் தவத்தாலே யுதித்த தேவன்,
பாங்குற்ற மாங்கொட்டைச் சாமி போலே
பயிலுமதி வர்ணாசி ரமத்தே நிற்போன். 37

அன்பினால் முக்தியென்றான் புத்த னந்நாள்;
அதனையிந்நாட் கோவிந்த ஸாமி செய்தான்;
துன்பமுறு முயிர்க்கெல்லாந் தாயைப் போலே
சுரக்குமரு ளுடையபிரான் துணிந்த யோகி;
அன்பினுக்குக் கடலையுந்தான் விழுங்க வல்லான்,
அன்பினையே தெய்வமென்பா னன்பே யாவான்;
மன்பதைகள் யாவுமிங்கே தெய்வ மென்ற
மதியுடையான் கவலையெனு மயக்கந் தீர்ந்தான். 38

பொன்னடியா லென்மனையைப் புனித மாக்கப்
போந்தானிம் முனியொருநாள் இறந்த வெந்தை
தன்னுருவங் காட்டினான்; பின்ன ரென்னைத்
தரணிமிசைப் பெற்றவளின் வடிவ முற்றான்;
அன்னவன்மா யோகியென்றும் பரம ஞானத்
தனுபூதி யுடையனென்று மறிந்து கொண்டேன்;
மன்னவனைக் குருவெனநான் சரண டைந்தேன்
மரணபய நீங்கினேன்; வலிமை பெற்றேன். 39

கட்டுரைகள்

1

வண்ணான் தொழில்

வேதபுரத்தில் குள்ளச்சாமி என்றொரு பரதேசியிருக்கிறார். அவருக்கு வயது ஐம்பதோ, அறுபதோ, எழுபதோ, எண்பதோ யாருக்கும் தெரியாது. அவருடைய உயரம் நாலரை அடியிருக்கும். கருநிறம். குண்டு சட்டியைப்போல் முகம். உடம்பெல் லாம் வயிரக்கட்டைபோலே நல்ல உறுதியான பெயர்வழி.

அவருக்கு வியாதி யென்பதே கிடையாது. சென்ற பத்து வருஷங்களில் ஒரே தடவை அவர் மேலே கொஞ்சம் சொரி சிரங்கு வந்தது. பத்து நாளிருந்து நீங்கிவிட்டது. அந்த மனுஷ்யன் ஜடபரதருடைய நிலைமையிலே யிருப்பதாகச் சொல்லலாம். பேசினால் பயித்தியக்காரன் பேசுவதுபோலிருக்கும். இழுத்திழுத்து, திக்கித் திக்கி, முன்பின் சம்பந்தமில்லாமல் விழுங்கி விழுங்கிப் பேசுவார். தெருவிலே படுத்துக் கிடப்பார். பசித்தபோது எங்கேனும் போய்ப் பிச்சை வாங்கிச் சாப்பிடுவார். கள் குடிப்பார். கஞ்சாத் தின்பார். மண்ணிலே புரளுவார். நாய்களுடன் சண்டை போடுவார்.

---

* *சுதேசமித்திரன்*, 2–6–1917, ப. 9.

வீதியிலே பெண்பிள்ளைகளுக்கெல்லாம் அவரைக் கண்டால் இரக்கமுண்டாகும். திடீரென்று ஒரு வீட்டுக்குள் நுழைந்து, அந்த வீட்டிலிருக்கும் குழந்தைகள் நெற்றியிலே திருநீற்றைப் பூசிவிட்டு ஓடிப்போவார். யாராவது திட்டினாலும் அடித்தாலும் பொறுத்துக் கொண்டு உடனே அவ்விடத்தை விட்டு ஓடிப்போய்விடுவார்.

ஸாமான்ய ஜனங்கள் அவருக்கு நூறு வயதுக்கு மேலே ஆகிவிட்டதென்றும், நெடுங்காலமாக, இப்போதிருப்பது போலவே நாற்பதைம்பது வயது போலேதான் இருக்கிறாரென்றும் சொல்லுகிறார்கள். ஆனால் இந்த வார்த்தை எவ்வளவு தூரம் நிச்சயமென்பதை நிர்ணயிக்க இடமில்லை.

அவர் கையால் விபூதி வாங்கிப் பூசிக்கொண்டால் நோய் தீர்ந்து விடுமென்ற நம்பிக்கையும் பலர் கொண்டிருக்கிறார்கள்.

மேற்படி குள்ளச்சாமியார் ஒருநாள் தாம் வீதியில் நடந்து வரும்போது முதுகின் மேலே கிழிந்த பழங்கந்தைகளை யெல்லாம் ஒரு பெரிய அழுக்கு மூட்டை கட்டிச் சுமந்துகொண்டு வந்தார். இந்தச் சாமியாரைக் கண்டால் நான் கும்பிடுவது வழக்கம். அப்படியே கும்பிட்டேன். ஈயென்று பல்லைக் காட்டிப் பேதைச் சிரிப்புச் சிரித்தார். கண்ணைப் பார்த்தால் குறும்பு கூத்தாடுகிறது.

“ஏ, சாமி உனக்கென்ன பயித்தியமா? கந்தைகளைக் கட்டி ஏன் முதுகிலே சுமக்கிறாய்?” என்று கேட்டேன்.

“நீ நெஞ்சுக்குள்ளே சுமக்கிறாய். நான் முதுகின் மேலே சுமக்கிறேன்” என்று சொல்லி ஓடிப்போய் விட்டார். உடனே நான் பொருள் தெரிந்துகொண்டேன். அஞ்ஞானப் பழங்குப்பைகளை யும் பழங்கவலைகளையும் பழந்துன்பங்களையும் பழஞ் சிறுமைகளையும் மனதில் வீணாகச் சுமந்து திரியும் ஸாமான்ய மனிதனுடைய அறிவீனத்தை விளக்கும் பொருட்டு ஷெ சாமியார் இந்த திருஷ்டாந்தத்தைச் சொன்னாரென்று தெரிந்துகொண்டேன்.

பின்னொரு நாள் அவரிடம் பரிகாஸமாக நான், “சாமீ, இப்படிப் பிச்சை வாங்கித் தண்டச்சோறு தின்றுகொண்டு ஜீவனம் பண்ணுகிறாயே, ஏதேனும் தொழில் செய்து பிழைக்கக் கூடாதா?” என்று கேட்டேன். அந்தப் பரதேசி சொல்லுகிறார்:

“தம்பி, நானும் தொழில் செய்துதான் பிழைக்கிறேன். எனக்கு வண்ணான் வேலை. ஐம்புலங்களாகிய கழுதைகளை மேய்க்கிறேன். அந்தக்கரணமான துணி மூட்டைகளை வெளுக்கிறேன்” என்றார்.

ஆம் பரிசுத்தப்படுத்துகிறவனே ஆசார்யன். அவனுடை சொல்லை மற்றவர் ஆசரிக்க வேண்டும். மேலே சாமியாருடைய புற நடைகள் குடும்பம் நடத்தும் கிருஹஸ்தர்களுக்குத் தகுதியல்ல.

ஆனால் அவருடைய உள்ள நடையை உலகத்தார் பின்பற்ற வேண்டும். ஐம்புலன்களாகிய கழுதைகளை மீறிச் செல்லாதபடி கட்டுப்படுத்தி ஆள வேண்டும். உள்ளத்தை மாசில்லாதபடி சுத்தமாகச் செய்துகொள்ள வேண்டும்.

அழுக்குத் தீர்க்கும் தொழில் செய்வோர் நமது தேசத்தில் மாகாணத்துக்கு லக்ஷம் பேர் வேண்டும். ஹிந்துக்கள் தற்காலத்தில் குப்பைக்குள் முழுகிப்போய்க் கிடக்கிறார்கள். வீட்டையும் தெருவையும் சுத்தமாக வைத்(துக்)கொள்ளவில்லை. ஜலதாரைகளை ஒழுங்குபடு(த்தவில்)லை. கிணறுகளையும் குளங்களையும் சுனைகளையும் சுத்தமாக வைத்துக்கொள்ளவில்லை. கோயிற் குளங்களில் ஜலம் புழுத்து நெளிகிறது. நாற்றம் குடலைப் பிடுங்குகிறது.

மனுஷ்யா பிவிருத்தி யாவது யாது?

புழுதியை நீக்கித் தரையைச் சுத்தமாக்குதல், அழுக்குப் போகத் துணியையும் நாற்றமில்லாதபடி குளத்தையும் . . . . பொதுவாக எல்லா விஷயங்களையும் சுத்தமாக்கி வைத்துக் கொள்ளுதல்.

நான் மேற்படி சாமியாரிடம், "சாமியாரே, ஞான நெறியிலே செல்ல விரும்புவோன் முக்கியமாக எதை ஆரம்பத் தொழிலாகக் கொள்ள வேண்டும்?" என்று கேட்டேன்.

குள்ளச்சாமி சொல்லுகிறார்:

"முதலாவது, நாக்கை வெளுக்க வேண்டும். பொய் சொல்லக் கூடாது. புறஞ்சொல்லக் கூடாது. முகஸ்துதி கூடாது. தற்புகழ்ச்சி கூடாது. வருந்தச் சொல்லலாகாது. பயந்து பேசக் கூடாது. இதுதான் வண்ணான் தொழில் ஆரம்பம். பிறகு அந்தக்கரணத்தை வெளுத்தல் சுலபம். சில இடங்களில் பொய் சொல்லித் தீரும்படியாக இருந்தால், அப்போது மௌனத்தைக் கொள்ள வேண்டும். மௌனம் ஸர்வார்த்த ஸாதகம். அதை விட்டுப் பேசும்படி நேர்ந்தால் உண்மையே சொல்ல வேண்டும். உண்மை விரதம் தவறக் கூடாது. தவற வேண்டிய அவசியமில்லை; உண்மை கூறினால் தீங்கு நேரிடுமென்று நினைப்போர் தெய்வம் உண்மை யென்பதை அறியமாட்டார்கள். தெய்வம் உண்மை. அதனிஷ்டப்படி உலகம் நடக்கிறது. ஆதலால் பயப்படுகிறவன் மூடசிகாமணி. அந்தக்கரணத்தை வெளுத்தலாவது அதிலுள்ள பயத்தை நீக்குதல். அந்தக்கரணத்தை சுத்தி செய்துவிட்டால் விடுதலை யுண்டாகும்" என்றார்.

பின்னுமொரு ஸமயம் மேற்படி குள்ளச்சாமி என்னிடம் வந்து, "தம்பி நீ இலக்கணக்காரனாச்சுதே! 'வண்ணான்' என்ற

வார்த்தையை உடைத்துப் பொருள் சொல்லுவாயா?" என்று கேட்டார்.

நான் நகைத்து: "சாமி, உடைக்கிற இலக்கணம் எனக்குத் தெரியாது" என்றேன்.

அப்போது குள்ளச்சாமி சொல்லுகிறார்.

"வண் – ஆன்: வண்ணான். ஆன் என்பது ரிஷபம். வள்ளலாகிய ரிஷபம் நந்திகேசுரர். அவருடைய தொழில் சுத்த ஞான மூர்த்தியாகிய சிவனைச் சுமந்துகொண்டிருத்தல். தமிழ்நாட்டு ஞானாசார்யர்களுக்கு ஆதிமூர்த்தியும் வள்ளலுமாகி நிற்கும் இந்த நந்தி பகவானுடைய தொழிலாகிய ஆசார்யத் தொழிலையே நான் வண்ணான் தொழிலென்று சொல்லுகிறேன். எனக்கு வண்ணான் தொழில்" என்று மேற்படி குள்ளச்சாமி சொன்னார்.

2
அபிநயம்

கூத்தில் அபிநயமே பிரதானம்.

தாள விஸ்தாரங்களைக் கூத்தன் தனது உடம்பில் தோற்றுவிப்பதே கூத்தின் உடல். அபிநயமே கூத்தின் உயிர். தாளம் தவறாமல் ஆடிவிட்டால் அது கூத்தாகாது.

தற்காலத்தில் சில பாகவதர்கள் கதா காலக்ஷேபங்களில் இடையே கொஞ்சம் கூத்தாடிக் காட்டுகிறார்கள். இதற்குச் சிலர் 'பட்டணம் கிருஷ்ண பாகவதர் வழி' என்று பெயர் சொல்லுகிறார்கள். இந்தக் கூத்து வெறுமே தாள விஸ்தாரமாகக் குதிப்பது மாத்திரமேயல்லாமல், யதார்த்த நாட்டியமென்று பிறர் நினைக்க வேண்டும் என்று உத்தேசித்தே அந்த பாகவதர்கள் அப்படிச் செய்கிறார்கள். ஆதலால், அதில் பலவித அபிநயம் பிடிக்கிறார்கள்.

பாகவதர்களில் ஒருவர் வேதபுரத்தில் நந்தனார் சரித்திரம் நடத்தினார். நந்தன் அடிமை. ஐயர் ஆண்டை. ஐயருக்கு முன்னே நந்தன்போய் நிற்கிறான். அங்கே மேற்படி பாகவதர் 'நைச்ய' பாவத்தை அபிநயங்களினால் காட்டினார். 'நைச்ய பாவம்' என்றது நைச்யத் தோற்றம். பாவம் என்பது தோற்றம். நைச்ய மென்பது நீசன் என்ற சொல்லடியாகத் தோன்றி நீசத் தன்மை என்று

---

* *சுதேசமித்திரன்*, 5-7-1917, ப. 6.

பொருள்படும் குணப்பெயர். இங்கு நீசனென்பது அடிமை. எனவே நைச்ய பாவமென்றால் அடிமைத் தோற்றம். இதை அந்த பாகவதர் பல அபிநயங்களால் காட்டினார். நிரம்ப நேர்த்தியான வேலை செய்தார். புருவத்தை அசைக்கிற மாதிரிகளும், கடைக்கண் தட்டுகிற மாதிரிகளும் தோளையும் வயிற்றையும் குலுக்குகிற மாதிரிகளும் மெல்ல மெல்ல பாகவதருடைய அபிநயங்கள் பக்தி ரஸத்திலிருந்து சிங்கார ரஸத்தின் தோரணைகளுக்கு வந்து சேர்ந்தன. மேற்படி சிங்கார ரஸத்தின் அபிநயங்களிலேயும் மேற்படி பாகவதர் குற்றமில்லை. புருவம், கடைக்கண் முதலியவற்றை மிகத் திறமையுடன் வெட்டுகிறார். சிங்கார ரஸத்துக்கு பாவம் ரதி, சந்திரன், சந்தனம் முதலியன உத்தீபனங்கள் அதாவது தூண்டுத லென்று சாஸ்திரம் சொல்லுகிறது. மேற்படி பாகவதர் சந்திரன் முதலியனவற்றைக் கண்ணாலே குறிப்பிடுகிறார்.

ஆனால் இவர் புருஷராக இருந்தும் புருஷநபிநயங்கள் குறைவாகவும் நாயிகாபிநயங்கள் அதிகமாகவும் கற்றிருக்கிற விந்தை குறிப்பிடத் தகுந்தது.

மேற்படி நைச்ய பாவத்திலே, அதாவது அடிமைத் தோற்றம் காட்டுவதிலேகூட இவர் இந்தப் பெண்மையைக் கலப்பதனால் அதிக மிசிரமேற்படுகிறது. நந்தன் சரித்திரத்தில் ஆண்டையின் முன்னே வந்து நிற்கும் நந்தன் பறையன் பாதியும் தாஸீ பாதியுமாகக் காட்டுகிறார்.

இருந்தாலும் பாகவதருடைய முகத்தில் காட்டும் அபிநயங்களைப் புகழ்ச்சி சொல்லுதல் நம்முடைய கடமை. ஊடலை மாத்திரம் முகத்தில் தொண்ணூற்றொன்பது அபிநயங்களில் காட்டுகிறார். இப்படி மற்ற வகுப்புக்களையும் சேர்த்தால் எத்தனைவித அபிநயங்களாகும். நிறைய ஆகும் அல்லவா? சோகம் (கருணா ரஸத்தின் பாவம் சோகமென்று சொல்லப்படும், இதைக்) காட்டுவதில் மேற்படி பாகவதருக்குத் தோடாப் பண்ணிப் போடத் தகும். இன்னுமொன்று கடைசி. அதிலேதான் அந்த பாகவதர் முதல்தரமான வேலை செய்கிறார். அதாவது பயாநக ரஸத்தைப் பதினாயிரம் அபிநயங்களில் காட்டுகிறார். இந்த ரஸத்துக்கும் பாவம் பயம். மானுக்கும் முயலுக்கும் சில மனுஷ்யருக்கும் இயற்கையாக உள்ள பயத்தை இவர் அபிநயத்தில் பூதக்கண்ணாடி போலே காட்டுகிறார். இந்த பாகவதர் சில தினங்களின் முன்பு என்னைப் பார்க்க வந்தார். “ஹாஸ்ய ரஸம், ரௌத்ர ரஸம், வீர ரஸம், அத்புதம், சாந்தம் என்ற ஐந்து ரஸங்களையும் நீங்கள் தீண்டவேயில்லை. அதென்ன காரணம்?” என்று கேட்டேன். அந்த பாகவதர் சொல்லுகிறார்: “நான் என்ன செய்வேன்? நான் நாட்டிய சாஸ்திரம் படித்தது

கிடையாது. ஊரிலே கண்ட அபிநயங்களை நான் நடித்துக் காட்டுகிறேன். ஹிந்துக்களிலே அடிமைத்தனம் அதிகம். ஆதலால் எனக்கு ‘நைச்ய பாவம்’ என்ற அடிமைத் தோற்றம் காட்டுதல் மிகவும் சுலபமாக வருகிறது. வீர ரஸம் காட்டச் சொன்னால் நான் எப்படிக் காட்டுவேன்? நான் பிறந்தது முதலாக இன்றுவரை நான் ஸஞ்சாரம் செய்துவந்திருக்கிற ஏழெட்டு ஜில்லாக்களில் ஒரு வீரனைக்கூடப் பார்த்ததில்லை. வீர ரஸத்துக்கு நான் எங்கே போவேன்?” என்று சொன்னார். அப்போது நான் ரஸ பண்டாரம் என்ற ஸம்ஸ்க்ருத சாஸ்திரத்திலிருந்து பின்வரும் பொருளுடைய சுலோகங்களை அவருக்குப் படித்துக் காட்டினேன். அந்த நூல் சொல்லுகிறது:

> லோக நடையினாலே சாஸ்த்ரம் பிறக்கிறது. அந்த சாஸ்த்ரத்தைப் பயிற்சியினாலே விஸ்தாரப் படுத்து கிறார்கள். ரஸ திருஷ்டி ஏற்படுவதற்கு இயற்கையே மூலம். ரஸவான்களுடைய பழக்கத்தாலும் பக்தி வழிகளை அனுஸரிப்பதனாலும் ஒருவன் அந்த ரஸக் காட்சியை வருவித்துக்கொள்ளலாம்.
>
> ராக த்வேஷங்களை ஜயிப்பதனாலே ஒருவன் சித்த ஸமாதியடைகிறான். அப்போது ஞான திருஷ்டி யுண்டாகிறது. அந்த ஞான திருஷ்டியுடையவர்கள் புறப்பயிற்சி இல்லாமலே சாஸ்த்ரங்களுக்குக் கண்ணாடி போல் விளங்குவார்கள்.
>
> சிங்கார ரஸத்தை ஒரு கூத்தன் காண்பிக்கும் அபிநயங்களில் கூத்தப் பெண்ணுடைய அபிநயங்கள் கலக்கலாகாது. ஆண்மகனே பெண்ணுருக் கொண்டு கூத்தாடுவானாயில் அப்போது பெண்மை யபிநயங்கள் காண்பிக்கத் தகும். ஆண்மகன் உருமாறாமல் கூத்திடும்போது பெண்மை தோன்றலாகாது.
>
> வீர ரஸத்தில் ஒருவன் தேர்ச்சியடைய விரும்புவானாயின் அவன் ராமன் முதலிய அவதார புருஷர்களின் வடிவத்தை தியானம் செய்யக் கடவான். நரநாராயண உபாஸனையே கூத்தனுக்கு வீர ரஸத்தில் தேர்ச்சி கொடுக்கும்.
>
> பயாநக ரஸத்தை சபையிலே கூத்தன் அதிக மாக விரிக்கலாகாது. எந்த நாட்டிலே கூத்தர் பயாநகத்தையும் சோகத்தையும் அதிகமாகக்

காட்டுகிறார்களோ அந்த நாட்டில் பயமும் துயரமும் அதிகப்படும்.

'நைச்ய பாவம்' அதிகமாகத் தோன்றும் கூத்தினாலே, ஒரு நாட்டார் அந்த அடிமை இயற்கை மிகுதியாக உடையவர்கள் என்பதைத் தெரிந்து கொள்ளலாம். ஆதலால் கூத்தர் கூத்துக்களில் அடிமைத் தோற்றத்தை மிதமிஞ்சிக் காட்டாதபடி நாட்டார் கவனித்துக்கொள்ள வேண்டும்.

நாட்டிய சாஸ்திரத்தை உண்மையாகப் பயின்றால் அதிலிருந்து ஆண்களுக்கு ஆண்மையும் பெண்களுக்குப் பெண்மையும் உண்டாகும். அதை நெறி தவறிப் பயிற்சி செய்தால் அதிலிருந்து ஆணுக்குப் பெண்மையும் பெண்ணுக்கு ஆண்மையும் விகாரமாகத் தோன்றும்.

~~

நாட்டிய சாஸ்திரத்தை ஆதியில் பரமசிவன் நந்திக்குக் கற்றுக்கொடுத்தார். அப்போது பகவான் நந்தியை நோக்கிக் கேளாய் நந்தீ அபிநயம் தவறுவதாலே ஜனங்கள் நரகத்தை அடைகிறார்கள். தர்மிஷ்டனாகிய கூத்தன் அபிநய உண்மைகளை ஆசார்யனிடமிருந்து நியமங்களுடனே பெற்றுக்கொள்ள வேண்டும்.

அடிமைகள் கூத்துப் பழகினால் அபிநய தர்மங்களைச் சிறிதேனும் தெரிந்துகொள்ளாமல் எப்போதும் அடிமைக் கூத்தொன்றே ஆடிக் கொண்டிருப்பார்கள். அங்ஙனம் அடிமைகள் சாஸ்த்ர விரோதமாக நைச்ய மொன்றையே காட்டி நடத்தும் கூத்தைப் பார்ப்போர் நரகத்தை அடைகிறார்கள்.

~~

மேலும் பரமசிவன் சொல்லுகிறார்:

தர்மிஷ்டனாகிய சிஷ்யன் நெறிப்படி ஆசார்யனிட மிருந்து கற்றுக்கொண்ட நாட்டியத்தில் நவரஸங்களும் ஸமரஸப்பட்டுக் காண்போருக்கு ஆனந்தத்தையும் லக்ஷ்மீ கடாக்ஷத்தையும் ஏற்படுத்தும். நல்ல

> ஆசார்யனில்லாமல் இந்த நாட்டிய சாஸ்திரத்தைப் பழகுவோன் உண்மையான பக்தியுடையவனாக இருக்கவேண்டும். தெய்வ பக்தியினாலே ஸகல வித்தைகளும் வசப்படும்.

~~

இங்ஙனம் மேற்படி ரஸ பண்டாரம் என்ற நூலிலிருந்து நான் பல சுலோகங்களை அவருக்குப் படித்துக் காட்டினேன். இதையெல்லாம் கேட்டவுடன் அந்த பாகவதர் மிகவும் ஸந்தோஷம் அடைந்தவராய் "இந்த சாஸ்த்ரத்தை என்னிடம் கொடுங்கள். நான் எழுதிக்கொண்டு இந்தப் பிரதியைக் கொடுத்து விடுகிறேன்" என்றார்.

"அப்படியே செய்யுங்கள்" என்று சொல்லி அந்தச் சுவடியை அவரிடம் கொடுத்தேன். அந்த சாஸ்த்ரத்தில் ரஸ ஞானத்துக்கு உபாஸனையே முக்ய ஸாதனமென்பது மிகவும் அழுத்திச் சொல்லப்படுகிறது. இதை அந்தப் பாகவதரிடம் எடுத்துக் காட்டினேன். அதன்பேரில், தாம் சில தினங்களின் முன்பு வேத நாயகர் கோயிலைப் பிரதக்ஷிணம் செய்துகொண்டிருந்ததாகவும், அப்போது இந்த ஊர்க் குள்ளச்சாமி என்ற பரதேசி தம்மை இடையே நிறுத்தி "ஓம் சக்தி" என்ற மஹாசக்தி மந்திரத்தைத் தமக்கு உபதேசம் செய்துவிட்டுப் போனதாகவும், அதிலிருந்து தாம் பராசக்தி உபாஸனை செய்து வருவதாகவும் சொன்னார். நான் மிகவும் ஸந்தோஷத்துடன் அவரை வண்டியேற்றி வழியனுப்பி விட்டு வந்தேன். அவர் இன்னும் நம்முடைய புஸ்தகத்தைத் திரும்பக் கொடுத்தனுப்பவில்லை.

3

சிதம்பரம்

காலை பத்துமணி யிருக்கும், நான் ஸ்நானம் செய்து பூஜை முடித்து, பழந் தின்று, பால் குடித்து வெற்றிலை போட்டு மேனிலத்திற்கு வந்து நாற்காலியின் மேல் உட்கார்ந்துகொண்டு இன்ன காரியம் செய்வதென்று தெரியாமல் வானத்தைப் பார்த்துக்கொண்டிருந்தேன். ஜன்னலுக் கெதிரே வானம் தெரிகிறது. இளவெயில் அடிக்கிறது. வெயிற்பட்ட மேகம் பகற் சந்திரன் நிறங்கொண்டு முதலையைப் போலும் ஏரிக்கரை போலவும் நானாவிதமாகப் படுத்துக் கிடக்கிறது. எதிர் வீட்டில் குடியில்லை. அதற்குப் பக்கத்து வீட்டிலிருந்து ஸங்கீத ஓசை வருகிறது. வீதியிலிருந்து குழந்தைகளின் சத்தம் கேட்கிறது. வண்டிச் சத்தம், பக்கத்து வீட்டு வாசலில் விறகு பிளக்கிற சத்தம், நான்கு புறத்தி லிருந்தும் காக்கைகளின் குரல், இடையிடையே குயில், கிளி, புறாக்களின் ஓசை, வாசலிலே காவடி கொண்டுபோகும் மணியோசை, தொலையிலிருந்து வரும் கோயிற் சங்கின் நாதம், தெருவிலே சேவலின் கொக்கரிப்பு, இடையிடையே வீதியில் போகும் ஸ்திரீகளின் பேச்சொலி, அண்டை வீடுகளில் குழந்தை யழும் சத்தம், 'நாராயணா கோபாலா' என்றொரு பிச்சைக்காரன் சத்தம், நாய் குலைக்கிற சத்தம், கதவுகள் அடைத்துத் திறக்கும் ஒலி, வீதியில் ஒருவன் 'ஹுகும்' என்று தொண்டையை லேசாக இருமித் திருத்திக்கொள்ளும் சத்தம், தொலைவிலே காய்கறி விற்பவள் சத்தம், 'அரிசி,

---

* *சுதேசமித்திரன்*, 29–8–1917, ப. 6.

அரிசி' என்று அரிசி விற்றுக்கொண்டு போகிற ஒலி – இப்படிப் பலவிதமான ஒலிகள் ஒன்றன்பின் மற்றொன்றாக வந்து செவியில் படுகின்றன. இந்த ஒலிகளை யெல்லாம் பாட்டாக்கி இயற்கைத் தெய்வத்தின் மஹாமௌனத்தை சுருதியாக்கி என் மனம் அனுபவித்துக்கொண்டிருந்தது.

வல்லூறு நாயகர்

இப்படி இருக்கையில் என் முன்னே வேதபுரம் ஸ்ரீ கிருஷ்ண கான சபைக் காரியதரிசியாகிய வல்லூறு நாயகர் வந்து நின்றார். உட்காரும்படி சொன்னேன். உட்கார்ந்தார். "விஷயமென்ன" என்று கேட்டேன், அவர் சொல்லுகிறார்: அடுத்த செவ்வாய்க்கிழமை இரவு நமது சபையின் ஆதரவின்கீழ் நடைபெறும் ராமாயண உபந்யாஸக் கோவையில் இரண்டாவது பகுதியாகிய ஸீதா கல்யாணம் நடக்கிறது. முதல் கதையாகிய ஸ்ரீராம ஜனனம் சென்ற புதன்கிழமை நடந்தது. தஞ்சாவூரிலிருந்து மிகவும் நன்றாகப் பாடக்கூடிய பின்பாட்டுக்காரர் வந்திருக்கிறார். இவருக்கு ஸன்னமான சாரீரம். ஆனால் பெண் குரலன்று. நன்றாகப் பாடுவார். ஒருதரம் வந்து கேட்டால் உங்களுக்கே தெரியும். மேலும் இந்த ராமாயணக் கதையில் வசூலாகும் பணத்தில் ஒரு சிறு பகுதி நமது ராஜாங்கத்தாரின் சண்டைச் செலவுக்கு உதவி செய்வதாக அதிகாரிகளிடம் வாக்குக் கொடுத்திருக்கிறோம். நான்கு ரஸிகர் வந்து கேட்டால்தானே பாகவதர்க்கு ஸந்தோஷ மேற்படும்? ரஸிகராக இருப்போர் வந்து கேட்டால் மற்ற ஜனங்களும் வருவார்கள். இதில் சபைக்கு லாபமுண்டு. பாகவதர் ராமாயண ப்ரஸங்கத்தில் தேர்ச்சி யுடையவர். மிருதங்கம் அடிக்கிற பிராமணப் பிள்ளை பதினைந்து வயதுடையவன். ஆனால் மிகவும் நன்றாக அடிக்கிறான். தாங்கள் அவசியம் வரவேண்டும் என்றார்.

அதற்கு நான்:

"ஸீதா கல்யாணம், பாதுகா பட்டாபிஷேகம் லக்ஷ்மண சக்தி, ஸ்ரீ பட்டாபிஷேகம் என்ற நான்கு கதைக்கும் நான் வரலாமென்று உத்தேசிக்கிறேன். நிச்சயமாகச் சொல்ல முடியாது. பட்டாபிஷேகத்தன்று நிச்சயமாக வருகிறேன். எனக்கு இரவிலே தூக்கம் விழிப்பது கொஞ்சம் சிரமம். ஆயினும், தங்கள் பொருட்டாகவும் தங்கள் சபையின் தலைவராகிய ஓங்காரச் செட்டியார் பொருட்டாகவும் அந்தச் சிரமத்தைப் பார்க்காமல் வருவேன்" என்றேன்.

"ராமாயண ப்ரசங்கத்தில் வரும் தொகையிலே ஒரு பகுதி ராஜாங்கத்தாரின் சண்டைச் செலவுக்காக உதவி செய்யப்படும்

என்று விஷயத்தை தனியாகக் காட்டி ஒரு விசேஷ விளம்பரம் போடப்போகிறோம். அதில் என்ன மாதிரி வக்கணை எழுதவேண்டு மென்பதைத் தாங்கள் தெரிவிக்க வேண்டும்" என்று வல்லூறு நாயகர் ப்ரார்த்தித்துக்கொண்டார். நான் வக்கணை சொன்னேன். இவ்வாறு பேசிக்கொண்டிருக்கையில் குள்ளச்சாமி வந்துசேர்ந்தார்.

ஜீவன் முக்தி அதுவே சிதம்பரம்

குள்ளச்சாமியார் என்பதை நான் முன்னொரு முறை 'சுதேச மித்திரன்' பத்திரிகையில் எழுதிய 'வண்ணான் கதை'யில் சொல்லி யிருக்கிறேன். இவர் ஒரு பரமஹம்ஸர். ஜடபரதரைப் போலே யாதொரு தொழிலுமில்லாமல், முழங்காலுக்கு மேல் அழுக்குத் துணி கட்டிக்கொண்டு, போட்ட இடத்தில் சோறு தின்றுகொண்டு, வெயில் மழை பாராமல் தெருவிலே சுற்றிக்கொண்டிருக்கிறார். இவருடைய ஒழுக்க வினோதங்களை மேற்படி வண்ணான் கதையிலே காண்க. இவர் வந்து சோறு போடென்று கேட்டார். தாம் திருவமுது செய்யு முன்பாக ஒரு பிடி யன்னம் என் கையில் நைவேத்யமாகக் கொடுத்தார். நான் அதை வாங்கி உண்டேன். அப்போது சாமியார் போஜனம் முடித்த பிறகு என்னுடன் மேல் மெத்தைக்கு வந்தார். "கண்ணை மூடிக்கொள்" என்றார். கண்ணை மூடிக்கொண்டேன். நெற்றியில் விபூதி யிட்டார். "விழித்துப் பார்" என்று சொன்னார். கண்ணை விழித்தேன். நேர்த்தியான தென்றல் காற்று வீசுகிறது. ஸூர்யனுடைய ஒளி தேனைப்போலே மாடமெங்கும் பாய்கின்றது. பலகணி வழியாக இரண்டு சிட்டுக் குருவிகள் வந்து என்முன்னே பறந்து விளையாடுகின்றன. குள்ளச்சாமியார் சிரிக்கிறார். கடைக்கண்ணால் தளத்தைக் காட்டினார். கீழே குனிந்து பார்த்தேன். ஒரு சிறிய ஓலைத் துண்டு கிடந்தது. அதை நான் எடுக்கப்போனேன். அதற்குள்ளே அந்தக் குள்ளச்சாமி சிரித்துக்கொண்டு வெளியே ஓடிப்போனார். அவரைத் திரும்பவும் கூப்பிட்டால் பயனில்லை யென்பது எனக்குத் தெரியும். அவர் இஷ்டமானபோது வருவார், இஷ்டமானபோது ஓடிப்போவார். சிறு குழந்தை போன்றவர். மனுஷ்ய விதிகளுக்குக் கட்டுப்பட்டவரில்லை. ஆகவே, நான் அவரைக் கூப்பிடாமல் கீழே கிடந்த ஓலையை எடுத்து வாசித்துப் பார்த்தேன். அதில் எழுதியிருந்த வசனங்கள் பின்வருமாறு:

1. எப்போதும் வானத்திலே சுற்றும் பருந்துபோல் போக விஷயங்களினால் கட்டுப்படாமல் பரமாத்மாவின் ஞானக்கதிரை விழித்து நோக்குதலே விடுதலை. அதுதான் சிதம்பரம். மகனே சிதம்பரத்துக்குப் போ.

2. சிதம்பரத்தில் நடராஜருடன் சிவகாம சக்தி பக்தருக்கு வரதானம் கொடுக்கிறாள். போய் வரம் வாங்கும்.

3. சிதம்பரமே ஸ்ரீரங்கம். அதுவே பழனி மலை. எல்லாப் புண்ணிய க்ஷேத்திரங்களும் ஜீவன் முக்திச் சின்னங்களென்று தெரிந்துகொள். உனக்கு க்ஷேமமும் நீண்ட வயதும், ஜீவன் முக்தியும் விளைக

என்றெழுதி யிருந்தது. இந்த வசனங்கள் நமது புராதன வேத தர்மத்துக்கு முழுதும் ஒத்திருக்கிறபடியால் அவற்றை நமது 'சுதேசமித்திரன்' பத்திரிகை மூலமாக வெளியிடலானேன்.

குறிப்பு: ["சிதம்பரம் போகாமல் இருப்பேனோ? – இந்த ஜன்மத்தை வீணாகக் கழிப்பேனோ?" என்று நந்தன் சரித்திரத்தில் கோபாலகிருஷ்ண பாரதியார் பாடி யிருப்பதற்கும் இதுவே பொருள் என்றுணர்க.]

4
சும்மா

1

நேற்று ஸாயங்காலம் நான் தனியாக மூன்றாவது மெத்தையில் ஏறி உட்கார்ந்திருந்தேன். நான் இருக்கும் வீட்டில் இரண்டாவது மெத்தையிலிருந்து மூன்றாம் மெத்தைக்கு ஏணி கிடையாது. குடிக்கூலி வீடு. அந்த வீட்டுச் செட்டியாரிடம் படி ஏணிகட்டும்படி எத்தனையோ தரம் சொன்னேன். அவர் இன்றைக்காகட்டும் நாளைக்காகட்டும் என்று நாளைக் கடத்திக்கொண்டு வருகிறார். ஆதலால் மூன்றாம் மெத்தைக்கு ஏறிப்போவது மிகவும் சிரமம். சிறிய கைச்சுவர் மேல் ஏறிக்கொண்டு அங்கிருந்து ஒரு ஆள் உயரம் உந்த வேண்டும். மூன்றாங் கட்டின் சுவரோரத்தைக் கையால் பிடித்துக்கொண்டு கைச்சுவர் மேலிருந்து உந்தும்போது கொஞ்சம் கை வழுகி விட்டால் ஒன்றரை ஆள் உயரம் கீழே விழுந்து மேலே காயம்படும். நான் தனிமையை விரும்புவோன். ஆதலால் சிரமப்பட்டேறி அடிக்கடி மூன்றாங் கட்டிலே போய் உட்கார்ந்திருப்பது வழக்கம். இந்த மார்கழி மாதத்தில் குளிர் அதிகமானபடியால் வெயில் காய்வதற்கும் அது ஹிதமாம். இங்ஙனம் நேற்று மாலை நான் வெயில் காய்ந்துகொண்டிருக்கையிலே குள்ளச்சாமியாரும் வேணு முதலியும் வந்து சேர்ந்தார்கள். அவர்கள் இரண்டாங்கட்டு வெளி முற்றத்தில் வந்து நின்று கொண்டு என்னைக் கை தட்டிக் கூப்பிட்டார்கள். நான் இறங்கி வரும் பொருட்டாக வேஷ்டியை இடுப்பில் வரிந்து கட்டினேன். அதற்குள் குள்ளச்சாமியார்

---

* சுதேசமித்திரன், 27-12-1917, ப. 6.

என்னை நோக்கி "நீ அங்கேயே இரு நாங்கள் வருகிறோம்" என்று சொன்னார்.

இந்தக் குள்ளச்சாமியாரைப் பற்றி முன் ஒரு முறை 'சுதேச மித்திர'னில் எழுதியிருப்பது பலருக்கு ஞாபகமிருக்கலாம். இவர் கலியுக ஜட பரதர். மஹா ஞானி. ஸர்வஜீவ தயாபரன். ராஜ யோகத்தால் மூச்சைக் கட்டி ஆளுகிற மஹான். இவர் பார்ப்பதற்குப் பிட்சைக்காரன்போலே கந்தையை உடுத்திக்கொண்டு தெருக்களில் உலாவுவார். இவருடைய மஹிமை ஸ்திரீகளுக்கும் குழந்தைகளுக்கும் மாத்திரம் எப்படியோ தெரிந்திருக்கிறது. தெருவில் இவர் நடந்து செல்லுகையில் ஸ்திரீகள் பார்த்து இவரைக் கையெடுத்துக் கும்பிடுவார்கள். குழந்தைகளெல்லாம் இவரைக் கண்டவுடன் தாயை நோக்கி ஓடுவதுபோலே ஓடி இவருடைய முழங்காலை மோந்து பார்க்கும். இவர் பேதைச் சிரிப்புச் சிரித்துக் குழந்தைகளை உச்சிமோந்து பார்ப்பார். ஆனால் ஸாமான்னிய ஜனங்களுக்கு அவருடைய உண்மையான மஹிமை தெரியமாட்டாது. இவர் கண்மூடித் திறக்கு முன்னாகவே கைச்சுவர்மேல் ஒரு பாய்ச்சல் பாய்ந்து அங்கிருந்து மேல் மெத்தைக்கு இரண்டாம் பாய்ச்சலில் வந்துவிட்டார். இவரைப் பார்த்து இவர்போலே தானும் செய்ய வேண்டுமென்ற எண்ணங் கொண்டவனாய், வேணு முதலி ஜாக்கிரதையாக ஏறாமல், தானும் பாய்ந்தான். கைப்பிடிச் சுவர்மேல் சரியாகப் பாய்ந்து விட்டான். அங்கிருந்து மேல் மெத்தைக்குப் பாய்கையில் எப்படியோ இடறித் தொப்பென்று கீழே விழுந்தான். இடுப்பிலேயும் முழங்காலிலேயும் பலமான அடி. ஊமைக் காயம். என் போன்றவர்களுக்கு அப்படி அடிபட்டால் எட்டு நாள் எழுந்திருக்க முடியாது. ஆனால் வேணு முதலி நல்ல தடியன். 'கொட்டாப்புளி ஆஸாமி'. ஆதலால் சில நிமிஷங்களுக்குள்ளே ஒருவாறு நோவைப் பொறுத்துக்கொண்டு மறுபடி ஏறத் தொடங்கினான்.

குள்ளச்சாமியார் அப்போது என்னை நோக்கி, "நாமும் கீழே இறங்கிப் போகலாம்" என்று சொன்னார். சரியென்று நாங்கள் வேணு முதலியை ஏறவேண்டாமென்று தடுத்துவிட்டுக் கீழே இறங்கிவந்தோம். இரண்டாங்கட்டு வெளி முற்றத்திலேயே மூன்று நாற்காலிகள் கொண்டு போட்டு உட்கார்ந்துகொண்டோம்.

அப்போது வேணு முதலி என்னை நோக்கி:

"அங்கே தனியாக ஹனுமாரைப்போலே போய்த் தொத்திக் கொண்டு என்ன செய்தீர்?" என்று கேட்டான்.

"சும்மாதான் இருந்தேன்" என்றேன்.

வந்துவிட்டதையா வேணு முதலிக்குப் பெரிய கோபம்! பெரிய கூச்சல் தொடங்கி விட்டான்:

"சும்மா சும்மா சும்மா சும்மா, இருந்து. சும்மா இருந்துதான் ஹிந்து தேசம் பாழாய்க் குட்டிச்சுவராய்ப் போய்விட்டதே? இன்னம் என்ன சும்மா? எவனைப் பார்த்தாலும் இந்த நாட்டில் சும்மாதான் இருக்கிறான். லக்ஷலக்ஷமாகப் பரதேசி, பண்டாரம், ஸந்யாஸி, சாமியார் என்று கூட்டம் கூட்டமாகச் சோம்பேறிப் பயல்கள் கஞ்சா அடிக்கிறதும் பிச்சை வாங்கித் தின்னுகிறதும் சும்மா உலாவுகிறதும்தான் அந்தப் பயல்களுக்கு வேலை. இரண்டு வேளை ஆஹாரம் ஒருவனுக்கு இருந்தால், அவன் தொழில் செய்யும் வழக்கம் இந்த தேசத்திலே கிடையாது. ஜமீந்தார், மிட்டாதார், பண்ணையார், மிராசுதார், இனாம்தார், ஜாகீர்தார், மடாதிபதிகள், ராஜாக்கள் எல்லாருக்கும் 'சும்மா' இருப்பதுதான் வேலை. சோம்பேறிப் பயல்களுடைய தேசம்" என்று பல விதமாக வேணு முதலி ஜமாய்க்கிற ஸமயத்தில் குள்ளச்சாமியார் மேற்கு முகமாக ஸூர்யனை நோக்கித் திரும்பிக் கொண்டு: "சும்மா இருப்பதுவே சுட்டற்ற பூரணம் என்றெம்மால் அறிதற் கெளிதோ பராபரமே" என்ற தாயுமானவர் கண்ணியைப் பாடினார். வேணு முதலி அவரை நோக்கி: "சாமியாரே, நீர் ஏதோ ராஜயோகி என்று காளிதாஸர் சொல்லக் கேள்விப்பட்டேன். உம்முடன் நான் பேசவில்லை. காளிதாஸரிடம் நான் சொல்லுகிறேன். நீர் ஸந்யாஸி யென்று சொல்லி ஜன்மத்தையே மரத்தின் ஜன்மம்போலே யாதொரு பயனுமில்லாமல் வீணாகச் செலவிடும் கூட்டத்தைச் சேர்ந்தவர். மரமாவது பிறருக்குப் பழங்கள் கொடுக்கும். நிழல் கொடுக்கும். இலை கொடுக்கும். விறகு கொடுக்கும். உங்களை மரத்துக் கொப்பாகச் சொல்லியது பிழை. உங்களாலே பிறருக்கு நஷ்டம், மரத்தால் பிறருக்கு எத்தனையோ லாபம்!" என்றான்.

இங்ஙனம் வேணு முதலி சொல்லிக் கொண்டிருக்கும்போதே, குள்ளச்சாமியார்:

சும்மா இருக்கச் சுகம்சுக மென்று சுருதியெல்லாம்
அம்மா நிரந்தரம் சொல்லவுங் கேட்டும் அறிவின்றியே
பெம்மான் மவுனி மொழியையுந் தப்பியென் பேதைமையால்
வெம்மாயக் காட்டில் அலைந்தேன்அந் தோஎன் விதிவசமே!

என்று மறுபடியும் தாயுமானவருடைய பாட்டொன்றைச் சொன்னார்.

வேணு முதலிக்குக் கீழே விழுந்த நோவு பொறுக்க முடிய வில்லை. அந்தக் கோபம் மனதில் பொங்குகிறது. அத்துடன் சாமியார் சிரித்துச் சிரித்துப் பாட்டுச் சொல்வதைக் கேட்டு

அதிகக் கோபம் பொங்கிவிட்டது. வேணு முதலி சொல்லுகிறான்: "ஓய், சாமியாரே, நீர் பழைய காலத்து மனுஷ்யன். உம்முடன் நான் தர்க்கம்செய்ய விரும்பவில்லை. என்னுடைய ஸாமர்த்யம் உமக்குத் தெரியாது. நான் பன்னிரண்டு பாஷைகளிலே தேர்ச்சி யுடையவன். உமக்குத் தமிழ்மாத்திரம் தெரியும். நான் இந்த யுத்தம் முடிந்தவுடன் அமெரிக்காவுக்கும் ஐரோப்பாவுக்கும் போய் அங்கெல்லாம் ஹிந்து மதத்தை ஸ்தாபனம் செய்யப்போகிறேன். நீர் தெருவிலே பிச்சை வாங்கித் தின்று, திண்ணை தூங்குகிற பேர்வழி. உமக்கும் எனக்கும் பேச்சில்லை. தேசத்துக்காகப் பாடுபடுவதாக 'ஹம்பக்' பண்ணிக்கொண்டிருக்கிற காளிதாஸர், இந்த விதமான சோம்பேறிச் சாமியார்களுடன் கூடிப் பொழுது கழிப்பது எனக்கு மிகுந்த ஆச்சரியத்தை விளைவிக்கிறது. உங்களிடமிருந்துதான் அவர் இந்தச் 'சும்மா' இருக்கும் தொழில் கற்றுக்கொண்டார் போலும்!" என்று வேணு முதலி இலக்கணப் பிரயோகங்களுடன் பேசத் தொடங்கினான்.

மறுபடி சாமியார்:

சும்மா இருக்கச் சுகம்உதய மாகுமே
இம்மாயா யோகம்இனி ஏனடா – தம்மறிவின்
சுட்டாலே யாகுமோ சொல்லவேண் டாம்கர்ம
நிஷ்டா சிறுபிள்ளாய் நீ.

என்ற தாயுமானவருடைய வெண்பாவைப் பாடினார்.

அப்போது வேணு முதலி என்னை நோக்கி, "ஏனையா, காளிதாஸரே, இந்தச் சாமியார் உமக்கு எத்தனை நாட் பழக்கம்?" என்று கேட்டான்.

நான் ஜவாப் சொல்லாமல் "சும்மா" இருந்துவிட்டேன்.

அப்பொழுது குள்ளச்சாமியார் சொல்லத் தொடங்கினார்.

இந்த வ்யாஸம் கொஞ்சம் நீண்டு போய் விட்டது. ஏற்கெனவே ஜெர்மனிக்காரத் துஷ்டர்கள் இடைவிடாமல் சண்டை போடுவதிலிருந்து காயிதப் பஞ்ச முண்டாய் அதனால் 'மித்திர'னில் என்னுடைய நீண்ட கதைகள் போட சிரமப்படுகிறது. அத்துடன் இந்தக் கதையோ வெகு நீளம். அது சுருக்கிச் சொன்னாலும் இரண்டு பாகங்களுக்குள்ளேதான் சொல்ல முடியும். நாலைந்து பாகம் ஆனாலும் ஆகக் கூடும்.

அவ்வளவு நீண்ட கதையை இத்தனை காயிதப் பஞ்சமான காலத்தில் ஏன் சொல்லப் புறப்பட்டீர் என்றாலோ, அது போகப்போக ஆச்சரியமான கதை! அற்புதமான கதை! இதைப்போலே கதை நான் இதுவரை எழுதினது கிடையாது.

நான் வேறு புஸ்தகங்களிலே படித்ததும் கிடையாது. நீங்கள் கேட்டால் ஆச்சர்யப்படுவீர்கள். எழுந்து கூகூகூ என்று கூவி ஆடிப் பாடிக் குதிக்கத் தொடங்குவீர்கள். நான் கேட்கத் தகாத அற்புதத்தைக் கேட்டேன். காணத் தகாத அற்புதத்தைக் கண்டேன். ஆதலால் உலகத்திலே இதற்குமுன் எழுதப்பட்ட கதைகள் எல்லாவற்றிலும் அற்புதத்திலும் அற்புதமான கதையை உங்களுக்குச் சொல்லப் புறப்பட்டேன். ஆனால் இந்த வ்யாஸம் நீண்டு போய் விட்டதே; அடுத்த பாகத்தில்தானே சொல்ல முடியும். இல்லாவிட்டால் பத்திராதிபர் ஒப்புக்கொள்ள மாட்டாரே. நான் வாக்குத் தவற மாட்டேன். இரண்டாம் பாகம் சீக்கிரம் உங்களுக்குச் சொல்லுகிறேன். கொஞ்சம் பொறுமையுடன் நாளை பத்திரிகை பார்க்கும்வரை இருபத்து நான்கு மணி நேரம் பொறுத்துக்கொண்டிருங்கள் .

~~

2

“கேள் தம்பி, நான் சும்மா இருக்கும் கக்ஷியைச் சேர்ந்தவன். நீ சொல்லியபடி ஸந்யாஸிகள் சும்மா இருந்ததினால் இந்த தேசம் கெட்டுப் போகவில்லை. அதர்மம் செய்ததினால் நாடு சீர் கெட்டது. ஸந்யாஸிகள் மாத்திரம் அதர்மம் செய்யவில்லை. இல்லறத்தார் அதர்மம் தொடங்கியது துறவறத்தையும் சூழ்ந்தது. உண்மையான யோகிகள் இன்னும் இந்த தேசத்தில் இருக்கிறார்கள். அவர்களாலேதான் இந்த தேசம் ஸர்வ நாசமடைந்து போகாமல் இன்னும் தப்பிப் பிழைத்திருக்கிறது. இப்போது பூ மண்டலம் குலுங்கிப் பல ராஜ்யங்களும் பல நாகரீகங்களும் சரிந்து கொண்டிருக்கையிலே ஹிந்து தேசம் ஊர்த்வமுகமாக மேன்மை நிலையை நோக்கிச் செல்லுகிறது. தானும் பிழைத்தது. உலகத்தையும் உஜ்ஜீவிக்கும்படி செய்யலாம் என்ற தைரியம் ஹிந்து தேசத்தின் மனதில் உண்டாயிருக்கிறது. இதற்கு முன் இப்படி எத்தனையோ ப்ரளயங்களில் இருந்து தப்பிற்று.

“சில தினங்களுக்கு முன்பு ஜகதீச சந்திர வஸு கல்கத்தாவில் தம்முடைய நவீன சாஸ்த்ராலயத்தை ப்ரதிஷ்டை செய்யும்போது என்ன சொன்னார் – வாசித்துப் பார்த்தாயா ? ‘பாபிலோனிலும், நீல நதிக்கரையிலும் இருந்த நாகரீகங்கள் செத்து மறு ஜன்ம மடைந்து விட்டன. ஹிந்துஸ்தானம் அன்றுபோலவே இன்றும் உயிரோடிருக்கிறது. ஏனென்றால் எல்லா தர்மங்களிலும் பெரிய தர்மமாகிய ஆத்ம பரித்யாகம் இந்த தேசத்தில் சாகாதபடி

---

* *காலவரிசையில் பாரதி படைப்புகள்* (காலவரிசையில் கண்டறிய வேண்டியவை), தொகுதி – 14, பக். 317–322.

இன்னும் சிலரால் அனுஷ்டிக்கப்பட்டு வருகிறது' என்று ஜகதீச சந்திர வஸு சொன்னார்."

இங்ஙனம் குள்ளச்சாமியார் சொல்லி வருகையில் வேணு முதலி "சாமியாரே! உமக்கு இங்கிலீஷ் தெரியுமா? நீர் பத்திரிகை வேறே வாசிக்கிறீரா? ஜகதீச சந்திர வஸு பேசிய விஷயம் உமக்கெப்படித் தெரிந்தது?" என்று கேட்டான்.

அப்போது குள்ளச்சாமியார் சொல்லுகிறார்: "அநாவசியக் கேள்விகள் கேட்காதே. நான் சொல்வதைக் கவனி. ஹிந்து தேசத்தினுடைய ஜீவனை யுக யுகாந்தரங்களாக அழியாதபடி பாதுகாத்து வருவோர் அந்த யோகிகளே. கடூரமான கலியில் உலகம் தலைகீழாகக் கவிழ்ந்து போகும் ஸமயத்தில்கூட ஹிந்துஸ்தானம் அழியாமல் தானும் பிழைத்து மற்றவர்களையும் காக்கக்கூடிய ஜீவ சக்தி இந்நாட்டிற்கு இருப்பது அந்த யோகிகளின் தபோ பலத்தாலன்றி வேறில்லை.

"ஹா, ஹா, ஹா, ஹா! பலவிதமான லேஹியங்களைத் தின்று தலைக்கு நூறு, நூற்றைம்பது பெண்டாட்டிகளை வைத்துக்கொண்டு தடுமாறி, நாள் தவறாமல் ஒருவருக்கொருவர் நாய்களைப்போலே அடித்துக் கொண்டு, ஹிமயமலைக்கு வடபுறத்திலிருந்து அன்னியர் வந்தவுடனே எல்லாரும் ஈரச்சுவர்போலே இடிந்து விழுந்து ராஜ்யத்தை அன்னியர் வசமாகத் தந்த உங்கள் ராஜாக்களுடைய வலிமையினால் உங்கள் தேசம் பிழைத்திருக்கிறதென்று நினைக்கிறாயா?

"போது விடிந்தால் எவன் செத்துப்போவான், ஸபண்டீகரணம், பிராமணார்த்த போஜனங்கள் பண்ணலாம் என்று சுற்றிக்கொண்டு, வேத மந்திரங்களைப் பொருள் தெரியாமல் திரும்பத்திரும்பச் சொல்லிக்கொண்டிருந்த உங்கள் பிராமணர்களால் இந்த தேசம் சாகாத வரம் பெற்று வாழ்கிறதென்று நினைக்கிறாயா? உங்கள் வைசியருடைய லோபத்தன்மையால் இந்த நாடு அமரத்தன்மை கொண்டதா? சூத்திரருடைய மௌட்யத்தாலா? பஞ்சமருடைய நிலைமையாலா? எதால் ஹிந்துஸ்தானத்துக்கு அமரத்தன்மை கிடைத்ததென்று நினைக்கிறாய்?

"அடா, வேணு முதலி கவனி. நீ யுத்தம் முடிந்த பிறகு அமெரிக்காவுக்கும் ஐரோப்பாவுக்கும் போய் ஹிந்து தர்மத்தை நிலைநாட்டப்போவதாகச் சொல்லுகிறாய். நீ ஹிந்துஸ்தானத்து மஹா யோகிகளின் மஹிமை தெரியாமல் ஹிந்து மதத்தை எப்படி நிலைநிறுத்தப் போகிறாய்? அதை நினைக்கும்போதே எனக்கு நகைப்புண்டாகிறது.

"அடா, வேணு முதலி கேள். ஹிந்துஸ்தானத்து மஹா யோகிகளின் மஹிமையால் இந்த தேசம் இன்னும் பிழைத்திருக்கிறது. இனி இந்த மண்ணுலகம் உள்ளவரை பிழைத்திருக்கவும் செய்யும். அடா வேணு முதலி, பார்! பார் ! பார்!"

இங்ஙனம் குள்ளச்சாமி சொன்னவுடன் நானும் வேணு முதலியும் அவரை உற்றுப் பார்த்தோம்.

குள்ளச்சாமி நெடிய சாமி ஆய்விட்டார்.

நாலே முக்கால் அடிபோல் தோன்றிய குள்ளச்சாமி ஏழே முக்கால் அடி உயரம் வளர்ந்து விட்டார்.

ஒரு கண்ணைப் பார்த்தால் சூரியனைப் போல் இருந்தது. மற்றொரு கண்ணைப் பார்த்தால் சந்திரனைப் போல் இருந்தது. முகத்தின் வலப்புறம் பார்த்தால் சிவன் போல் இருந்தது. இடப்புறம் பார்த்தால் பார்வதியைப் போலவே இருந்தது. குனிந்தால் பிள்ளையார் போலிருந்தது. நிமிர்ந்து பார்க்கும்போது விஷ்ணுவின் முகத்தைப் போலே தோன்றிற்று.

அப்போது குள்ளச்சாமி சொல்லுகிறார்:

"அடா, வேணு முதலி கேள். நான் ஹிந்துஸ்தானத்து யோகிகளுக்கெல்லாம் தலைவன். நான் ரிஷிகளுக்குள்ளே முதலாவது ரிஷி. நான் தேவர்களுக்கெல்லாம் அதிபதி. நானே பிரமா, நானே விஷ்ணு, நானே சிவன். நான் ஹிந்துஸ்தானத்தை அழியாமல் காப்பாற்றுவேன்; நான் இந்த பூமண்டலத்தில் தர்மத்தை நிலைநிறுத்துவேன்.

"நான் கிருத யுகத்தை ஸ்தாபனம் செய்வேன். நானே பரம புருஷன். இதற்கு முன் ஆசார்யர்கள் உங்களிடம் என்ன சொன்னார்கள்? எல்லா உயிரும் ஒன்று. ஆதலால் காக்கை, புழு முதலிய ஜந்துக்களிடம் குரூரமில்லாமல் கருணை பாராட்டுங்கள் என்றனர்.

"அடா, வேணு முதலி கவனி.

"சைவாசார்யர் வைஷ்ணவத்தை விலக்கினர்; வைஷ்ணவாசார்யர் சைவத்தை விலக்கினர்.

"நான் ஒன்று செய்வேன்.

"காக்கையைக் கண்டால் இரக்கப்படாதே, கும்பிடு. கைகூப்பி நமஸ்காரம் பண்ணு! பூச்சியைக் கும்பிடு! மண்ணையும் காற்றையும் விழுந்து கும்பிடு! என்று நான் சொல்லுகிறேன்.

நான் வேதத்திலே முன் சொன்ன வாக்கை இப்போது அனுபவத்தில் காட்டப்போகிறேன். புராணங்களை யெல்லாம் விழுங்கி ஒன்றாக நாட்டப் போகிறேன். ஹிந்து தர்மத்தைக் கூட்டப் போகிறேன்.

"அடா, வேணு முதலி கேள். மண்ணும் காற்றும் ஸூர்யனும் சந்திரனும் உன்னையும் என்னையும் சூழ்ந்து நிற்கும் உயிர்களும் நீயும் நானும் தெய்வமென்று வேதம் சொல்லிற்று. இவைதான் தெய்வம். இதைத் தவிர வேறு தெய்வமில்லை. நம் முன்னே காண்பது நாராயணன். இதை நம்முள்ளே நாட்டி இதை வணங்கி இதன் தொழுகைக் கனியில் மூழ்கி, அங்கு மானுடன் தன்னை முழுது மறந்துவிடுக.

"அப்போது தன்னிடத்து நாராயணன் நிற்பான். இந்த வழியை நான் தழுவியபடியால் மனுஷ்யத் தன்மை நீங்கி அமரத் தன்மை பெற்றேன். ஆதலால் நான் தேவனாய்விட்டேன். இவைதான் தெய்வம். இதைத் தவிர வேறு தெய்வமில்லை. தேவர்களுக்குள்ளே நான் அதிபதி, என் பெயர் விஷ்ணு; நானே சிவன் மகன் குமாரன்; நானே கணபதி; நான் அல்லா, யேஹோவான், நானே பரிசுத்த ஆவி, நானே யேசுகிருஸ்து, நானே கந்தர்வன், நானே அஸுரன், நான் புருஷோத்தமன், நானே ஸமஸ்த ஜீவராசிகளும்.

"நானே பஞ்சபூதம்! அஹம் ஸத்! நான் கிருத யுகத்தை ஆக்ஞாபிக்கிறேன்! ஆதலால் கிருதயுகம் வருகிறது. எந்த ஜந்துவும் வேறு எந்த ஜந்துவையும் ஹிம்சை பண்ணாமலும் எல்லா ஜந்துக்களும் மற்றெல்லா ஜந்துக்களையும் தேவதா ரூபமாகக் கண்டு வணங்கும்படிக்கும் விதி யுண்டானால் அதுதான் கிருத யுகம். அதை நான் செய்வேன்.

"அடா, வேணு முதலி! நான் உன் முன்னே நிற்கிறேன், என்னை அறி" என்று குள்ளச்சாமி சொன்னார்.

நான் அத்தனைக்குள்ளே மூர்ச்சை போட்டு விழுந்து விட்டேன். சுமார் அரை மணி நேரத்துக்குப் பின்பு எனக்கு மறுபடி பிரக்கினை ஏற்பட்டது. அப்போது பார்க்கிறேன். வேணு முதலி என் பக்கத்தில் மூர்ச்சை போட்டுக் கிடக்கிறான். பிறகு அவனுக்குச் சிகித்ஸை செய்து நான் எழுப்பினேன்.

குள்ளச்சாமியார் எங்கே யென்று வேணு முதலி என் பத்தினியிடம் கேட்டான்.

அவள் சொன்னாள்: "குள்ளச்சாமி இப்படித்தான் கீழே இறங்கிவந்தார். கொஞ்சம் பாயசமும் ஒரு வாழைப்பழமும் கொடுத்தேன். வாங்கித் தின்றார். குழந்தைகளுக்கும் எனக்கும் விபூதி பூசி வாழ்த்தி விட்டுப் போனார். 'நீங்கள் மெத்தையிலே என்ன பேசிக்கொண்டிருந்தீர்கள்?' என்று கேட்டேன். அதற்கு 'இரட்டை பாஷை யென்றால் அர்த்த மென்ன?' என்பதைப் பற்றி அந்த வேணு முதலி மடையன் தர்க்கம் பண்ணுகிறான்' என்று சொல்லிச் சிரித்துவிட்டுப் போனார்" என்று சொன்னாள்.

5

கத்திச்சண்டை

மார்கழி மாஸத்து நாலாம் வாரம். அதாவது, குளிர் ஜாஸ்தி. அதிலும் வேதபுரம் கடற்கரைப் பட்டணம். குளிர் மிகவும் ஜாஸ்தி. ஒரு நாள் ராத்திரி நான் குளிருக்குப் பயந்து சுகாதார சாஸ்த்ரத்தைக் கூடப் பொருட்டாக்காமல், என் அறைக்குள் நாலு ஜன்னல்களையும் சாத்தி முத்திரை வைத்துவிட்டுப் படுத்துக்கொண்டிருந்தேன்.

விடிய இரண்டு ஜாமம் இருக்கும்போது விழித்துக்கொண்டேன். அதற்கும் குளிர்தான் காரணம். வாடை குளுகுளு வென்று வீசுகிறது. வடபுறத்து ஜன்னலின் இலைகள் காற்றில் தாமாகவே திறந்துகொண்டன. எழுந்து போய் ஜன்னலை நேராக்குவோமென்று யோசித்தால் அதற்கும் சோம்பராக இருந்தது. போர்வையை நீக்கிவிட்டு இந்தக் குளிரில் எவன் எழுந்து போய் ஜன்னலைச் சாத்துவான்? என்ன செய்வோம் என்று ஸங்கடப்பட்டுக்கொண்டே படுத்திருந்தேன். மழை இதற்குள்ளே பெரிதாக வந்து விட்டது. மழை களகள வென்று கொட்டுகிறது. வாடைக்காற்று வந்து பல்லைக் கிட்டுகிறது.

உயிரை வெறுத்து தைரியத்துடன் எழுந்து போய் ஜன்னலைச் சார்த்துவோம் என்று சொல்லியெழுந்தேன்.

அப்போது ஒரு பண்டாரம் சங்கூதிச் சேகண்டியடித்துப் பாடிக்கொண்டு வந்தான். மார்கழி மாசத்தில்

---

* *சுதேசமித்திரன்*, 10–1–1918, ப. 2.

வருஷந்தோறும் ஒரு வள்ளுவன் வந்து பாதி ராத்திரி நேரத்திலேயே வேதபுரத்து வீதிகளில் எல்லாம் திருவாசகம் பாடிக்கொண்டு சங்கூதிக்கொண்டு சேகண்டி யடித்துக்கொண்டு சுற்றுவது வழக்கம். அவன்தான் இந்த வருஷமும் வந்துகொண்டிருப்பா னென்றெண்ணி நான் ஆரம்பத்தில் ஒரு நிமிஷம் கவனியாமல் இருந்தேன். பிறகு கணீர் என்று பாட்டுச் சத்தம் காதில் வந்து மதுரமாக விழுந்தது. அடா இது பழைய வள்ளுவனுடைய குரலில்லை, இது ஏதோ புதிய குரலாக இருக்கிறதென்றெண்ணி நான் குளிரையும் கவனியாமல் ஜன்னல் ஓரத்திலே கொஞ்சம் நின்றேன். மழை கொட்டுகிறது. அறைக்குள்ளே எனக்குக் கைகால் விறைய லெடுக்கிறது.

அந்தப் பண்டாரம் வஸந்த காலத்தில், மாலை நேரத்தில், பூஞ்சோலையில் ராஜ குமாரன் ஒருவன் காற்று வாங்கிக்கொண்டு ஒய்யாரமாக நடப்பதுபோலே (அந்தப் பண்டாரம்) அந்த மழையில் நடந்து செல்லுகிறான். பிரமானந்தமாகத் திருவாசகம் பாடுகிறான்:

பூசுவதும் வெண்ணீறு பூண்பதுவும் பொங்கரவம்
பேசுவதும் திருவாயால் மறைபோலும் காணேடி!

இந்தப் பாட்டை அவன் பாடின ராகம் என் மனதை விட்டு இப்போதுகூட நீங்கவில்லை. மனுஷ்ய கானம்போலில்லை. தேவகானம் போலே யிருந்தது. "ஹே! யாரப்பா பண்டாரம், நில்லு!" என்று சொல்லிக் கூவினேன். அவன் நின்றான். "நீ போன வருஷம் திருப்பள்ளி யெழுச்சி பாடி வந்தவனாகத் தோன்றவில்லையே? நீ யார்?" என்று கேட்டேன். "நான் போன வருஷம் பாடினவனுடைய மகன். நான் பாடினது திருச்சாழல்" என்றான். இவன் அதிக ப்ரஸங்கி என்று தெரிந்துகொண்டு, "உன் பெயரென்ன" என்று கேட்டேன். "என் பெயர் நெட்டை மாடன்" என்று சொன்னான். "சரி போ" என்று சொன்னேன். அவன் இரண்டடி முன்னே போய் மறுபடி திரும்பி வந்து: "ஐயரே, உம்முடைய பெயர் என்ன?" என்று கேட்டான்.

"என் பெயர் காளிதாஸன்" என்று சொன்னேன்.

"ஓஹோ! 'சுதேசமித்திர'னுக்குக் கதைகள் எழுதுகிறாரே, அந்தக் காளிதாஸன் நீர்தானோ?" என்றான்.

'ஓஹோ! இவன் 'சுதேசமித்திரன்' படிக்கிறானா!' என்றெண்ணி வியப்புற்று, நான் அவனிடம் "தம்பி, நெட்டை மாடா; உனக்கு ஸங்கீதம் யார் கற்றுக்கொடுத்தார்கள்? நீ இதுவரை எந்த ஊரிலே வளர்ந்தாய்?" என்று கேட்டேன். அப்போது நெட்டைமாடன் சொல்லுகிறான்:

"ஏ, ஐயரே, நான் மழையில் நிற்கிறேன். நீ அறைக்குள் நின்றுகொண்டு என்னிடம் நீண்ட கதை பேசுகிறாயே. மேல் தளத்திலிருந்து கீழே இறங்கி வா; வாசல் திண்ணையில் உட்கார்ந்து கொண்டு பேசலாம். நானும் உன்னிடத்தில் பல கேள்விகள் கேட்க வேண்டுமென்று நெடுநாளாக யோசனை பண்ணிக் கொண்டிருந்தேன். இறங்கி வருகிறாயா?" என்று கேட்டான்.

"இவன் என்னடா! வெகு விசேஷ மனிதனாகத் தெரிகிறதே!" என்று நான் ஆச்சர்யப்பட்டுக் கீழே இறங்கி வருவதாக ஒப்புக்கொண்டேன். அவன் வாசல்படியேறித் திண்ணையில் உட்கார்ந்தான். நான் கீழே போகையில் ஒரு மழை லாந்தர் கொளுத்திக்கொண்டு போனேன். அவன் கையிலும் ஒரு மழை லாந்தர் கொண்டுவந்திருந்தான். திண்ணையில் போய் உட்கார்ந்த வுடனே நாங்கள் இருவரும் ஒருவரை யொருவர் ஏற இறங்கப் பார்த்துக்கொண்டோம். அவன் தலை சுத்த மொட்டை; உடம்பு ஒற்றை நாடி; சதைப்பற்றுக் கிடையாது. ஆனால் உறுதியான உடம்பு; மேலே துணி கிடையாது. இடுப்பில் மாத்திரம் ஒரு துணி கட்டிக்கொண்டிருந்தான். மேலெல்லாம் மழைத் தண்ணீர் ஓடுவதை அவன் துடைக்கவில்லை. குளிரினால் அவன் முகம் விகாரப்படவில்லை. அவனைப் பார்த்தவுடனே எதனாலேயோ ஹம்ஸ பக்ஷியின் ஞாபகம் வந்தது. ஹாம்! ஆமாம்! அவன் முன்பு நடந்து செல்லக் கண்டபோது நான் என் மனதில் 'இவன் என்னடா, அன்ன நடை நடக்கிறான்!' என்று நினைத்துக் கொண்டேன். மேலும் இவன் ஆஸாமியைப் பார்த்தால் கோயில் அன்ன வாஹநம் எத்தனை பொறுமையும் இனிமையுமாகத் தோன்றுமோ அத்தனை பொறுமையும் இனிமையுமான முக வசீகரமுடையவனாக இருந்தான்.

நான் அப்போது அவனை நோக்கி: "என்னிடம் ஏதோ கேள்விகள் கேட்க வேண்டுமென்று நெடுங்காலம் யோசனை செய்து கொண்டிருந்ததாகச் சொன்னாயே கேள்" என்றேன்.

அப்போது நெட்டைமாடன் சொல்லுகிறான்:

"உன்னிடம் கேள்விகள் கேட்க வேண்டுமென்ற விருப்பமிருந்ததாக நான் தெரிவிக்கவில்லை. உன்னிடம் ஸம்பாஷணை செய்ய வேண்டுமென்ற விருப்ப மிருந்ததாகச் சொன்னேன். நீ ஏதாவது கேள்வி கேள். நான் ஜவாப் சொல்லுகிறேன். அதுதான் எனக்குகந்த ஸம்பாஷணை" என்றான். 'இதென்ன ஸங்கடம்' என்று யோசித்து, நான் இவனிடம் முன் கேட்ட கேள்விகளைத் திரும்பவும் கேட்டேன். "நீ ஸங்கீதம் எங்கே படித்தாய்? இத்தனை காலம் எந்த ஊரில் இருந்தாய்?" என்று வினாவினேன்.

நெட்டை மாடன் சொல்லுகிறான்: "அறிவூர் வீணை ரகுநாத பட்டர் மகன் ஆஞ்ஜனேய பட்டரிடம் நான் ஸங்கீதம் வாசித்தேன். இதுவரை அந்த ஊரிலேதான் வாஸம் செய்தேன்" என்றான்.

அப்போது நான் கேட்டேன்: "தம்பி, நெட்டை மாடா, நீ ஜாதியில் வள்ளுவனாயிற்றே! ரகுநாத பட்டர், ஆஞ்ஜனேய பட்டர் என்ற பெயர்களைப் பார்த்தால் அவர்கள் பிராமணராகத் தோன்றுகிறதே! உங்கள் ஜாதியார் பிராமணருக்கு ஸமீபத்தில் வந்தால்கூடத் தீண்டல் தோஷம் என்று சொல்லுவது வழக்கமாயிற்றே. அப்படி யிருக்க நீ அவர்களிடம் ஸங்கீதம் எப்படிப் படித்தாய்?" என்றேன்.

அதற்கு நெட்டை மாடன் சொல்லுகிறான்: "நீ கேட்ட கேள்விக்கு ஜவாப் சொல்ல வேண்டுமானால் என்னுடைய கதையை ஆரம்பத்திலிருந்து தொடங்கிச் சொல்ல வேண்டும். அவ்வளவு தூரம் பொறுமையுடன் கேட்பாயா?" என்றான்.

'கேட்கிறேன்' என்று சொல்லி உடம்பாடு தெரிவித்தேன். அப்போது நெட்டைமாடன் சொல்லுகிறான்:

நான் வேதபுரத்தில் இருபத்தாறு வருஷங்களுக்குமுன் பிறந்தேன். என் தகப்பனார் சோற்றுக்கில்லாமல் நான் நாலு வயதுப் பையனாக இருக்கும்போது ஒரு ஸர்க்கஸ் கம்பெனியாருக்கு என்னை விற்றுவிட்டார். அந்தக் கம்பெனியில் சூராதி சூரத்தன மான வேலைகள் செய்து மிகுந்த கீர்த்தி ஸம்பாதித்தேன். பன்னிரண்டு வயதாக இருக்கும்போது அறிவூருக்குப் போனேன். அந்தக் கம்பெனித் தலைவரான மஹாராஷ்ட்ர பிராமணருக்கு என்னிடம் மிகுந்த அபிமானம். அறிவூர் என்பது மலைநாட்டில் ஒரு பெரிய ஜெமிந்தாருடைய ராஜதானி நகரம். அந்த ஊரில் ஸர்க்கஸ் இரண்டு மாஸம் ஆடிற்று. அப்போது என்னுடைய யஜமானனாகிய ராயருக்கு வயதாய் விட்டபடியால் சீக்கிரத்தில் கம்பெனியைக் கலைத்துவிட்டுப் பண்டரிபுரத்துக்குப் போய் அங்கு வீடு வாங்கித் தனது முதுமைப் பருவத்தை ஹரிபக்தியில் செலவிட வேண்டுமென்ற யோசனை பண்ணிக்கொண்டிருந்தார். அவருக்கும் ஜமீந்தாரருக்கும் மிகுந்த நட்புண்டாயிற்று. ஜமீன்தார் கத்திச்சண்டையில் கெட்டிக்காரனாகவும் வயதில் குறைந்தவனாகவும் தனக்கொரு பக்கச் சேவகன் வேண்டுமென்று விரும்பினார். என்னுடைய யசமானாகிய ராயர் என்னைச் சிபார்சு பண்ணினார். இதற்கிடையே எனது தகப்பனாருக்கும் யசமான் ராயருக்கும் அடிக்கடி கடிதப் போக்குவரவு நடந்து கொண்டு வந்தது. எனது தகப்பனாரும் என்னை அடிக்கடி பல ஊர்களில் வந்து பார்த்துக்கொண்டிருந்தார். அறிவூர் சமீந்தார் எனக்கு அரமனையிலே சோறு போட்டு மகன்போலே வளர்த்தார்.

ஸங்கீதம் அந்த ஸம்ஸ்தானத்து பாகவதராகிய ஆஞ்ஜனேய பட்டரிடம் படித்தேன். யோகாப்யாசம் பண்ணியிருக்கிறேன். கத்திச்சண்டையிலே பேர் வாங்கி யிருக்கிறேன். ஆறு பாஷை பேசுவேன். பாடுவேன். நாட்டிய மாடுவேன். மிருதங்கமடிப்பேன், ஆனையேற்றம், குதிரை யேற்றம், கழைக்கூத்து, மல் வித்தைகள் – எனக்குப் பல தொழில் தெரியும்" என்று சொன்னான்.

இதற்குள் பொழுது விடிந்துவிட்டது. நல்ல ஸூர்யோதயத்தில் அவன் முகத்தைப்பார்க்கும்போது நல்லஸுந்தர ரூபமுடையவனாக இருந்தான்.

அப்போது நான் அவனை நோக்கி: "நீ இன்று நம்முடைய வீட்டிலேயே காலை நேரம் போஜனம் செய்துகொள். உன்னுடைய கத்தி சுற்றும் திறமையை எனக்குக் கொஞ்சம் காண்பி" என்றேன். சரி யென்று ஸம்மதப்பட்டான். பின்பு சொல்லுகிறான்: "எனக்குச் சரியாகக் கத்தி சுழற்றக் கூடியவர் இந்த ஊரில் ஒரே மனுஷ்யன்தான் இருக்கிறார். நான் போய் என் வீட்டிலிருந்து கத்திகளை யெடுத்துக்கொண்டு அவரையும் அழைத்துக்கொண்டு வருகிறேன்" என்று சொல்லி விடை பெற்றுக்கொண்டு போனான். பகல் பத்து மணி யிருக்கும்போது வந்தான். கையிலே பட்டாக் கத்தி, உண்மையான, வெட்டக்கூடிய சண்டைக் கத்திகள் கொண்டு வருவானென்று நான் நினைத்திருந்தேன். இரண்டு மொண்ணை வாள் – வெண்ணெயை வெட்டும் – ஸர்க்கஸ் கத்திகள் கொண்டு வந்தான். தனக்கு எதிர் நின்று சண்டை போடக்கூடிய வீராதி வீரனை என்னிடம் அழைத்துவருவதாக அவன் வாக்குக் கொடுத்தபடி அந்த மனிதனைத் தேடிப் பார்த்ததாகவும், அகப்படவில்லை யென்றும், மற்றொரு நாள் கூட்டி வருவதாகவும், இன்றுதான் மாத்திரம் தனியே கத்தி வீசிக் காண்பிப்பதாகவும் சொன்னான். சரியென்று சொல்லி நான் அவனுக்கு முதலாவது காபியும் இட்டலியும் கொண்டு வந்து வைத்துச் சாப்பிடச் சொன்னேன். பாதி சாப்பிட்டுக்கொண்டிருந்தான். அப்போது குள்ளச்சாமியார் என்ற யோகீசுரர் அங்கே வந்தார். அவரைக் கண்டவுடன் நெட்டை மாடன் எழுந்து ஸலாம் பண்ணி ஜராம், ராம் – மஹாராஜ்! என்றான். அவரும் இவனை கண்டவுடன், 'ராம், ராம்' என்றார். பிறகு நெடுநேரம் இருவரும் மலையாள பாஷையில் பேசிக்கொண்டார்கள். எனக்கு மலையாளம் அர்த்தமாகாதபடியால் நான் அவர்களுடைய ஸம்பாஷணையைக் கவனிக்கவில்லை. குள்ளச்சாமியாரை நான் குரு வென்று நம்பி யிருக்கிறபடியால் அவருக்கும் கடையிலிருந்து வாழைப்பழம் வாங்கிக்கொண்டுவந்து பாலும் பழமும் கொடுத்தேன். இரண்டு பேரும் சாப்பிட்டு முடித்தார்கள். கீழ்த்தளத்தில் சாப்பிட்டார்கள். பிறகு நான் வெற்றிலைத் தட்டைக் கையில் எடுத்துக்கொண்டு

மேல் மாடியில் பூஜா மண்டபத்துக்குப் போகலாம் என்று கூறி அழைத்து வந்தேன். இருவரும் மேல்மாடிக்கு வந்தார்கள். நான் ஊஞ்சலின்மீது அவர்கள் இருவரையும் வீற்றிருக்கும்படி செய்து தாம்பூலம் கொடுத்தேன். இருவரும் தாம்பூலம் போட்டுக் கொண்டார்கள். பிறகு ஒரு க்ஷணத்துக்குள்ளே நெட்டைமாடன் வெளி முற்றத்திலிருந்து ஒரு நாற்காலி யெடுத்துக்கொண்டு வந்தான். அதன் மேலே ஏறிக்கொண்டு ஊஞ்சல் சங்கிலிகளைக் கழற்றினான். அடுத்த க்ஷணத்துக்குள் ஊஞ்சலையும் ஸங்கிலிகளையும் கொண்டு சுவரோரத்தில் போட்டுவிட்டான். பிறகு நெட்டை மாடன் என்னை நோக்கி “எனக்கு ஸமானமாகக் கத்தி வீசத் தெரிந்தவர் இந்த ஊரில் ஒருவர்தானுண்டு என்று சொன்னேனே. அவர் யாரெனில் இந்தச் சாமியார்தான்” என்று குள்ளச்சாமியாரைக் காட்டினான். நான் ஆச்சரியத்தால் ஸ்தம்பிதனாய்விட்டேன்.

ஒரு க்ஷணத்துக்குள் அந்த இருவரும் தலைக்கொரு கத்தியாக எடுத்துக்கொண்டு வீசத் தொடங்கி விட்டார்கள். நெடுநேரம் அவர்களுக்குள்ளே கத்திச் சண்டை நடந்தது. அதைப் பார்த்து நான் பிரமித்துப் போய்விட்டேன். அத்தனை ஆச்சர்யமாக அவ்விருவரும் கத்தி சுழற்றினார்கள். ஒருவருக்கும் காயமில்லை. ஆனால் நடுவே நடுவே இவன் தலை போய் விடுமோ அவன் தலை போய்விடுமோ என்று எனது நெஞ்சு படக்குப்படக்கென்று புடைத்துக்கொண்டிருந்தது.

பிறகு இருவரும் கத்தியைக் கீழே வைத்துவிட்டுக் கொஞ்சமேனும் ஆயாஸ மில்லாமல் மறுபடியும் மலையாளத்தில் ஸம்பாஷணை செய்யத் தொடங்கிவிட்டார்கள். கொஞ்சம் பொழுது கழிந்த பின்பு நெட்டைமாடன் போய்விட்டான். குள்ளச்சாமியார் என்னை நோக்கிச் சொல்லுகிறார்.

“தம்பி, காளிதாஸா, இந்த நெட்டைமாடன் ராஜயோகத்தினால் சித்தத்தைக் கட்டினவன். இவனுக்கு ஈசன் யோக ஸித்திக்கு வாட்போரை வழியாகக் காண்பித்தான். இவனுக்கு நிகராக வாள் சுழற்றுவோர் இந்தப் பூமண்டலத்தில் யாரும் கிடையாது. ஆனால் இவன் தன்னைக் கொல்லவந்த பாம்பையும் கொல்லக் கூடாதென்ற அஹிம்ஸா விரதத்தைக் கைக்கொண்ட மஹா யோகியாதலால், கொலைத் தொழிலுக்குரியதான கூர்வாளை இவன் கையினால் தீண்டுவது கிடையாது. உடம்பு நன்றாக வசமாக்கும்படி செய்கிற ஹடயோக வித்தைகளில் ஒன்றாக அதை நினைத்து, உன் போன்ற அபிமானிகளுக்கு மாத்திரம் தனது திறமையை ஸர்க்கஸ் கத்தி வைத்துக்கொண்டு காண்பிப்பான். வள்ளுவர் குலத்தில் நம் ஊரிலேயே இப்படி ஒரு மஹான் இருப்பது உனக்கு ஆச்சர்யமாகத் தோன்றலாம். இனிமேல் இதற்கெல்லாம் ஆச்சர்யப் படாதே. ஹிந்துஸ்தானத்துப் பரதேசி,

பண்டாரங்களை யெல்லாம் மிகுந்த மதிப்புடன் போற்று. பரதேசி வேஷத்தைக் கண்டால் கும்பிடு போடு. எந்தப் புற்றில் எந்தப் பாம்பிருக்குமோ? உனக்கு மேன்மேலும் மஹான்கள் தரிசனம் தருவார்கள்" என்றார்.

நான் ஹிந்துஸ்தானத்தின் மஹிமையை நினைத்து வந்தே மாதரம் என்று வாழ்த்திக் குள்ளச்சாமியாரைக் கையெடுத்துக் கும்பிட்டேன். அவர் 'ஜீவ' என்று வாழ்த்தி விட்டு விடை பெற்றுக்கொண்டு சென்றார்.

6

கலியுக கடோற்கசன்

வேதபுரத்தில் கலியுக கடோற்கசன் என்பதாக ஒருவன் கிளம்பி யிருக்கிறான். பழைய துவாபர யுகத்துக் கடோற்கசனுடைய சரித்திரம் எல்லாருக்கும் தெரியும். அரக்கு மாளிகையிலிருந்து பாண்டவர் தப்பி ஓடும்போது இடும்ப வனத்தில் தங்கினார்கள். அங்கிருந்த இடும்பாசுரன் என்ற ராக்ஷஸன் இவர்களைப் பிடித்துத் தின்னவந்தான். அந்த இடும்பனை வீமன் கொன்று விட்டான். பிறகு அவன் தங்கையாகிய இடும்பி என்ற ராக்ஷஸி வீமன் மேலே காதல் கொண்டு தன்னை மணந்துகொள்ளச் சொல்லி வற்புறுத்தினாள். மற்ற ஸஹோதரர் நால்வரும் பிரமசாரிகளாக இருக்கையில் தான் முதலாவது ஒரு ராக்ஷஸியைப் போய்க் கலியாணம் பண்ணிக்கொள்வதில் வீமனுக்கு ஸம்மதமில்லை. இடும்பி குந்தியிடம் போய் முறையிட்டழுதாள். குந்தி வீமனை நோக்கி: "மகனே, ஒரு ஸ்த்ரீ வந்து காதல் கூறுமிடத்து அவளை மறுப்பது க்ஷத்ரிய தர்மமில்லை. ஆண் மக்கள் அங்ஙனம் செய்யலாகாது. ஆதலால், நீ இந்த ராக்ஷஸியைக் கல்யாணம் பண்ணிக் கொள்க" என்று கட்டளை யிட்டாள். தாய் சொல்லுக் கிணங்கி வீமன் இடும்பியைக் கல்யாணம் பண்ணிக்கொண்டான். இவ்விருவருக்கும் பிறந்த பிள்ளையே துவாபர யுக கடோற்கசன். இவன் வீமனுக்கு ஸமமான பலமும் பராக்ரமமும் உடையவனென்று வேதவியாஸர் தெரிவிக்கிறார். இது நிற்க.

---

* *சுதேசமித்திரன்*, 26-1-1918, ப. 6.

நமது கலியுக கடோற்கசனைக் கவனிப்போம். இவன் வேதபுரத்தில் ஒரு சாராயக் கடையிலே பணவசூல் குமாஸ்தாவாக இருக்கும் ராமசாமி நாயக்கர் என்பவருடைய மகன். இவனுக்கு இப்போது வயது சுமார் இருபதிருக்கலாம். சாராயக் கடையில் ப்ராந்தி, விஸ்கி, ஜின் முதலிய ஐரோப்பியச் சாராயங்கள் விற்கிறார்கள். வேதபுரத்தில் குடி மும்முரம் ஆனபடியால் மேற்படி கடைக்குப் பற்று வரவு ஜாஸ்தி. அங்கு பண வசூல்காரனாகிய ராமசாமி நாயக்கருக்கு மாதம் எட்டு ரூபாய் சம்பளம். தெலுங்கு பேசும் நாயக்கர். நல்ல க்ஷத்திரிய வம்சம். தெலுங்கு ராஜ்யம் போன பிறகு கெட்டுப்போய்த் தாழ்ந்த நிலைமைக்கு வந்திருக்கும் நாயுடு கூட்டத்தைச் சேர்ந்தவர்.

மேற்படி ராமசாமி நாயக்கர் மகனுக்குத் தாய் தந்தையர் வைத்த பெயர் கோவிந்தராஜூலு. அவன் தானாக வைத்துக் கொண்ட பெயர் கலியுக கடோற்கசன்.

அவன் உயரம் ஐந்தே கால் அடியிருக்கலாம். குண்டுருளைபோலே வயிரமான உடம்பு. இவன் மேலே மோட்டார் வண்டி ஓட்டலாம். மாட்டு வண்டி விடலாம். இவன் தலை ரோமத்தில் முந்நூறு ராத்தல் கல் தொங்கவிடலாம். இவன் தோளில் தேங்காய் உடைக்கலாம். இவன் தலையிலே நாற்பது பேரடங்கிய பெரிய தொட்டிலை நிறுத்தி வைக்கலாம். இவன் இரண்டு விரல்களைக் கொண்டு மகாபாரதப் புஸ்தகத்தைக் கிழித்துப் போடுவான். இவன் பல்லினால் கல்லைப் பேர்த்துப் போடுவான். இவன் நகத்தால் கதவைப் பிளப்பான்.

வயது இருபதுக்கு மேல் ஆகவுமில்லை. நேற்றுக் காலையில் இந்தப் பையன் என்னைப் பார்க்கும்பொருட்டாக வந்திருந்தான். முதலாவது தன்னுடைய தொழில்களை எல்லாம் என் வீட்டில் செய்து காட்டினான். நான் மிகவும் ஆச்சரியப்பட்டேன்.

பிறகு இவனுடைய புத்தி எந்த நிலைமையில் இருக்கிற தென்பதைப் பரிசோதனை செய்யும்பொருட்டாக அவனுடன் சிறிது நேரம் ஸம்பாஷணை செய்து பார்த்தேன். அவன் கையில் ஒரு குறிப்புப் புஸ்தகம் (பாக்கெட் நோட்புக்) வைத்துக் கொண்டிருந்தான். அதைப் பார்த்தால் சின்ன பைபிலோ அல்லது டைரி (தினசரி)யோ என்று ஐயப்படும்படியாக இருந்தது. "கையில் என்ன; டைரி புஸ்தகமா?" என்று கேட்டேன். அந்தப் பையன் ஹீ யென்று பல்லைக் காட்டிக் கொண்டு: இல்லெங்க; மந்திரவாதப் புஸ்தகங்கள் என்றான்.

"நான் வாசிக்கலாமா?" என்று கேட்டேன். "வாசிக்கலாம்" என்று சொல்லி அந்தப் புஸ்தகத்தை என் கையில் கொடுத்தான். அது அச்சிட்ட புஸ்தக மன்று. அவன் கையால் எழுதியது. "பல

ஊர்களில் ஸஞ்சாரம் பண்ணினேன். பல ஸாதுக்களிடம் கேட்ட மந்திரங்களை யெல்லாம் இதில் எழுதி வைத்திருக்கிறேன். நான் அவர்களுக்கு (அந்த ஸாதுக்களுக்குப்) பத்திரம் தயார் பண்ணிக் கொடுப்பேன்" என்று கலியுக கடோற்கசன் சொன்னான். "பத்திரமா? அதென்ன?" என்று கேட்டேன்.

அவன் சொல்லுகிறான்: "அதைப் பாமர ஜனங்கள் கஞ்சா இலை யென்றும் சொல்லுவார்கள். ஸாதுக்களுக்கு மனதை ஒருநிலையில் நிறுத்தி பிரமத்திலே கொண்டு சேர்க்க அது உபயோகங்க. மைசூரில் நான் போன மாஸம் போயிருந்தேனுங்க. அங்கே பெரிய சாமியாருங்க அவர்தான் எனக்கு ஆஞ்ஜனேயர் மந்திரம் கற்றுக்கொடுத்தாருங்க. அவர் ஒரு நாளைக்கு ஒன்றரை ரூபாய் கஞ்சா வாங்கிப் புகை குடிப்பாருங்க. அவர் மனதை உள்ளே கொண்டு நிறுத்தினால் பிறகு அதை வெளியே இழுப்பது கஷ்டங்க" என்றான்.

இவன் இப்படிச் சொல்லிக்கொண்டிருக்கையில் எனக்கு அந்தப் புஸ்தகத்தைப் பார்க்க வேண்டும் என்ற அவா அதிகப் பட்டது. புஸ்தகத்தைக் கையிலெடுத்துத் திறந்தபோது அதிலிருந்து பொலபொல வென்று இருபது, முப்பது துண்டுக் காயிதங்கள் உதிர்ந்தன. எனக்கு ஆராய்ச்சியிலே பிரியம் அதிகமானபடியால் முதலாவது அந்தத் துண்டுக் காயிதங்களைப் பரிசோதனை செய்து பார்த்துவிட்டுப் பிறகு புஸ்தகத்துக்குள்ளே நுழைவோம் என்று யோசித்து அந்தக் காயிதங்களைப் பார்த்தேன். அவற்றின் விவரம் பின்வருமாறு:

முதலாவது: 'ஹோம் ரூல் ஸ்டாம்ப்' மூன்று இருந்தது.

அதில் ஒவ்வொரு ஸ்டாம்புக்கு நடுவிலும் மிஸஸ் ஆனி பெஸன்ட் தலை போட்டிருக்கிறது. சுற்றி 'தெய்வத்துக்காகவும், தேசத்துக்காகவும், ராஜாவுக்காகவும் சிறைப்பட்டவர்' என்றெழுதி யிருந்தது. அதைச் சூழ நான்கு புறத்திலும் இங்கிலீஷ், தெலுங்கு, உர்து, நாகரி, கன்னட லிபிகளில் 'ஹோம் ரூல்' என்றெழுதி யிருந்தது.

இரண்டாவது: ஒரு சின்ன டிக்கட். அதில் இங்கிலீஷ் பாஷையில் 'மிஸ் தாரா; இந்தியன் லேடி ஸாண்டோ' என்று ஒரு புறத்திலும், வெளிச் சீட்டு (ஔட் பாஸ்) என்று மற்றொரு புறத்திலும் போட்டிருந்தது.

மூன்றாவது ஒரு லேசான காயிதத்தைப் போன்ற செப்புத் தகடு. அதில் ஏதோ சக்கரம் செதுக்கும் பொருட்டு வைத்துக் கொண்டிருப்பதாகக் கடோற்கசன் சொன்னான்.

நாலாவது: ராமமூர்த்தி ஸர்க்கஸ் ஆட்ட ஜாப்தா.

ஐந்தாவது: ஒரு கிறிஸ்தவப் பையனுடைய நேர்த்தியான புகைப்படம். அவன் யாரென்று கேட்டதற்குத் தன்னுடைய ஸ்நேஹித னென்றும், இரும்பாலையில் வேலை பார்க்கிறா னென்றும், தன்னைப் போலவே குஸ்தி வகையறாத் தொழில்களில் பழக்க முடையவனென்றும், அவனுக்குக் கலியுகக் கும்பகர்ணன் என்று பெயர் வைக்கலாமென்றும் கடோற்கசன் சொன்னான்.

ஆறாவது மறுபடியும் ஒரு டிக்கட்: அதில் இங்கிலீஷில் 'எடிஸன் கினேமாடோக்ராப் கம்பெனி. ஒரு ஆளை உள்ளே விடு' என்றெழுதி யிருந்தது.

ஏழாவது: ஸிகரட் பெட்டியிலிருந் தெடுத்த துர்க்கை படம். அதில் தேவி மஹிஷாஸுரனைக் கொல்லுகிறாள். பக்கத்தில் விநாயகருடைய தலை மாத்திரம் தெரிகிறது. உடம்பெல்லாம் மறைந்திருக்கிறது. சின்ன சுப்பிரமணியன் ஒன்றிருக்கிறது. அம்மனுக்குப் பதினாறு கைகள் போடுவதற்குப் பதிலாக எட்டுக் கை போட்டிருந்தது.

எட்டாவது: இரண்டு சிங்கங்களுடன் ஒரு மனிதன் சண்டை போடுவதுபோல ஒரு படம். பத்திரிகையிலிருந்து கத்தரித்தது.

ஒன்பதாவது: யேசுகிறிஸ்து, மாட்டுக் கொட்டகையில் பிறந்து வைக்கோல் மேலே போட்டுக் கிடப்பதாகக் குழந்தை யுருவங் காட்டிய படம்.

பத்தாவது: ஸாதாரண வருஷத்து மார்கழி மாதம் 18ஆம் தேதி முதல் விரோதிகிருதி வருஷத்துச் சித்திரை மாஸம் 16ஆம் தேதி வரையில் ஏகாதசி, ஷஷ்டி, பிரதோஷம், கரிநாள், யமகண்டம், ராகுகாலம், குளிகை காலம், வார சூலை இவற்றின் அட்டவணை.

பதினோராவது: இனி மேன்மேலும் அடுக்கிக்கொண்டு போனால் படிப்பவர்களுக்குப் பொறுமையில்லாது போய்விடு மென்ற அச்சத்தால் இங்கு மேற்படி கீழே யுதிர்ந்த துண்டுக் காயிதங்களைப் பற்றிய முழு விவரங்களும் தெரிவிக்காமல் விடுகிறேன். அதில் அனேகம் கடோற்கசனுடைய ஸ்நேஹிதர் களுடைய மேல் விலாஸம். ஒரு சிறு துண்டுக் காயிதத்தில் குங்குமம் சுற்றி யிருந்தது. அது கோயிலில் கொடுத்ததென்றும் அம்மா ப்ரஸாத மென்றும் கடோற்கசன் விளக்கினான்.

இனி அவன் மந்திரவாதப் புஸ்தகத்துள் எழுதியிருந்த விநோதங்களில் சிலவற்றை இங்கு காட்டுகிறேன்.

கணபதி மந்திரம்

ஓம் கணபதி; ஐயும் கணபதி; கிளியும் கணபதி, ஸவ்வும் கணபதி; வா; வா; ஸகல ஜனங்களும்; போகங்களும்; ஸகல லோக

சித்தியும் உமக்கு வசியமானது போல் எனக்கு வசியமாகவும். சுவாஹா.

பஞ்சாச்சரம்

அறிவோம் சிவாய நம.

அனுமார் மந்திரம்

ஓம் அனுமந்தா, ஆஞ்சனேயா, நமோ நாராயணாய, சிரஞ்சீவியாகக் காத்து ரக்ஷித்து வா... கிளியும், ஸவ்வும், என் எதிரிகளை வென்று என்னைக் கா, கா, கா, ஸ்வாஹா

புருஷ வசியத்துக்கு மந்திரம்

நிலத்திலே முளைத்தவளே, நீலப்பூ பூத்தவளே, மனத்துக் கவலை தீர்த்தவளே, மன்னன் சிறை மீட்டவளே, குடத்துத் தண்ணீர் பாலாக வேண்டும். கோவிந்தராஜு என்னைக் கண்டா கும்பிட வேண்டும். நான் ஒரு புலியாக வேணும். அவன் ஒரு பசுவாக வேணும். புலியைக் கண்ட பசு நடுங்கினாற்போல் நடுங்கி ஒடுங்கி வணங்கி நிற்க ஸ்வாகா! இந்த மந்திரத்தை ஆயிரம் உரு ஏற்ற வேண்டும். வேலைச் செடியின் வடக்கே போகிற வேரில் ஞாயிற்றுக்கிழமை சூரியன் கிளம்புகிற ஸமயத்தில் மஞ்சள் துண்டைக் கட்டிப் பதினொரு விசை மந்திரத்தை ஜபித்து பிறகு வேர் அறாமல் பிடுங்கி வெள்ளித் தாயித்தில் மஞ்சளை நீக்கி வேரைச் செலுத்திக் கட்டிக்கொள்ள வேண்டும்.

ஸகல வியாதிகளுக்கும் மந்திரம்

ஓம், ரீங், அங், இந்தப்படிக்கு விபூதியில் எழுதி ஆயிரத்தெட்டு உரு ஜபித்து சூடன கட்டியை அதின் மேலே வைத்துக் கொடுக்க வியாதி தீரும். இது கை கண்டது.

சிரங்கு கண்டவுடன் செய்கிற மந்திரம்.

மசி மா மசி; நசி மா நசி!

சிரங்கு நைய மந்திரம்

கசி; நசி!

பழுத்த பின் உடைக்கும் மந்திரம்

நஞ்சு, பிஞ்சு, நாசமதாகிப் பிஞ்சு நஞ்சு போக ஸ்வாஹா!

ராஜாவை வசியம் பண்ண மந்திரம்

வசீகரா, வசீகரா, ராஜ வசீகரா, அச்சிட்ட பங்காளா. தக்ஷிணாமூர்த்தி, துர்க்கா தேவதாயை நம. இதற்கு உரு ஆயிரத்தெட்டு செய்யவும்.

மற்றுமொரு ராஜ வசிய மந்திரம்

அய்யும், கிலியும், ஸவ்வும், ஸபவும், கிளியும், ஐயும், நவகோடி சித்தர் சாயம் நசி, நசி; ஸர்வ மூலிகையும் இன்ன ராஜாவும் வசி, வசி.

இந்த மந்திரங்களைத் தவிர மேற்படி கலியுக கடோற்கசனுடைய நோட்புக்கில் இன்னும் இதுபோலவே முப்பது, நாற்பது மந்திரங்களும் பலவிதமான சக்கரங்களும் இருந்தன. அந்த மந்திரங்களையும் சக்கரங்களையும் இப்போது பத்திரிகையில் முழுதும் விஸ்தாரமாகச் சொல்லப்போனால் நெடுந்(தூரம்) இந்த வியாஸம் அளவுக்கு மிஞ்சி நீண்டு விடும். எனினும் நமது ஹிந்து தர்மத்தையும் மந்த்ர மஹிமையையும் இடைக்காலத்து மூட ராஜாக்களும், அயோக்யப் பூஜாரி, பண்டார, மந்திரவாதி களும் எவ்வளவு கேலிக்கிடமாகச் செய்து விட்டார்க ளென்பதை விளக்க மேற்கூறிய திருஷ்டாந்தங்களே போதுமென்று நினைக்கிறேன். இன்னும் அவனுடைய குறிப்புப் புஸ்தகத்தில் போகப் போகப் பெருங் கேலியாக இருந்தது. எனக்கு அவற்றை யெல்லாம் பார்க்கும்போது சிரிப்பொரு பக்கம் வந்தது. தலையொரு பக்கம் கிறுக்கிற்று.

ஹிந்துக்களுடைய மூல பலமாகிய மந்திர சாஸ்திரத்தை இடைக் காலத்து மூடர் இவ்வளவு சீர்கெடுத்து வைத்திருப்பதையும் அதைத் தற்காலத்து மூடர்களிலே பலர் நம்புவதையும் நினைக்கும்போது எனக்கு மிகவும் வருத்த முண்டாயிற்று.

அதை நான் பார்வையிட்டுக்கொண்டிருக்கையில் குள்ளச்சாமி என்ற வேதபுரத்து ஞானி வந்தார். அவரிடம் அதைக் கொடுத்தேன். அவர் அந்தப் புஸ்தகத்தை வெளிமுற்றத்துக்குக் கொண்டுபோனார். அங்கிருந்து நெடுநேரமா(க)த் திரும்பி வரவில்லை. என்ன செய்கிறார் பார்ப்போ மென்று சொல்லி நான் எழுந்து வெளிமுற்றத்துக்கு வந்தேன். என்னுடன் கலியுக கடோற்கசனும் வந்தான். அங்கு போய்ப் பார்த்தால் குள்ளச்சாமி அந்தப் புஸ்தகத்தில் மண் எண்ணெயை விட்டுத் தீயைக் கொளுத்தி எரிய விட்டு வேடிக்கை பார்த்துக்கொண்டிருந்தார். குழந்தைகள் பக்கத்தில் நின்று வேடிக்கை பார்த்தனர். எனக்குச் சிரிப்பு வந்தது. கடோற்கசன் கோவென்றழுதான். குள்ளச்சாமி பெரிய ஞானி யென்றும் பரம புருஷனென்றும் அவர் செய்தது பற்றி வருத்தப்படக் கூடாதென்றும் சொல்லி நான் கடோற்கசனைத் தேறுதல் சொல்லி அனுப்பினேன். போகும்போது அவன் பைக்குள் குள்ளச்சாமியார் ஒரு பொற்காசு போட்டார். நான் ஒரு துண்டுக் காயிதத்தில் 'ஓம் சக்தி' என்ற மந்திரத்தை எழுதி அவன் பைக்குள் போட்டேன்.

பொற்காசைக் கண்டவுடன் கடோற்கசன் கொஞ்சம் ஸந்தோஷ மடைந்து புன்சிரிப்பு கொண்டான். அப்போது குள்ளச்சாமி சொல்லுகிறார்:

"எல்லாம் தெய்வம்", "தர்மமே மஹா மந்திரம்", "உண்மைக்கு ஜய முண்டு", "எல்லாரையும் வசப்படுத்த வேண்டுமானால், எல்லாரையும் தெய்வமாக நினைத்து மனத்தால் வணங்க வேண்டும். இந்த விஷயங்களை யெல்லாம் இந்த தேசத்தில் பரவும்படி செய்" என்றார்.

7

கோபந்நா

காலை ஒன்பது நாழிகை யிருக்கும். இளவெயில் காய்கிறது. வீதியில் வரிசையாக நிற்கும் தென்னை மரங்களில் கிளிகள் இணையிணையாகப் பறந்து விளையாடுகின்றன. வானொளியாகிய வெள்ளத்தில் புறாக் கூட்டங்களும் கொக்கு சபைகளும் தனி ராஜப் பருந்துகளும் நீந்திக் களிக்கின்றன. சிறு குருவிகள் ஊசலாடுகின்றன. காக்கைகள் ஓடிப் பறந்து திரிந்து ஜீவன உத்யோகத்தை மிகவும் சிரத்தையுடன் நடத்தி வருகின்றன. வான முழுதிலும் பக்ஷிகளின் ஒலி நிரம்பிக் கிடந்தது.

அந்த ஸமயத்தில் தெருவிலே ஒரு தென்னை மரத்தில் ஒரு வண்ணான் இரண்டு கழுதைகளைக் கொண்டு கட்டினான். தென்னை மரத்தின் மேலிருந்து மைநா பக்ஷி ஆச்சரியமாகக் கூவிக்கொண்டிருந்தது. இதைக் கேட்ட கழுதைகள் தாமும் ஊளையிடத் தொடங்கின. இதைக் கேட்டு வீதி வழியே போய்க்கொண்டிருந்த பாலர் இருவர் மேற்படி கழுதைகளின் ஒலியை அனுசாரணம் பண்ணித் தாமும் ஊளை யிடலாயினர். இதைக் கேட்ட கழுதைகளில் ஒன்றுக்கு மிகவும் ஸந்தோஷமுண்டாய், ஸாதாரணக் கழுதைகள்போல 'வாள்!' 'வாள்!' என்று கத்தாமல் ஹூ, ஹூ, ஹூ என்று வெற்றிச் சங்கூதுவதுபோலே கோஷிக்கலாயிற்று.

---

* *சுதேசமித்திரன்*, 20–2–1918, ப. 2.

இந்த வேடிக்கையை நான் கவனித்துக்கொண்டிருந்தேன். அப்போது அஸாதாரண அப்ராக்குத ஒலியொன்று காதில் விழுந்தது.

ஒரு குருடன் பிச்சைக்கு வந்தான். அவனை ஐந்து வயதுள்ள ஆண் குழந்தை யொன்று கோலைப்பற்றி அழைத்துக்கொண்டு வந்தது. அவனுடன் ஒரு ஸ்த்ரீயும் வந்தாள்.

அந்தக் குருடனுக்குக் கண் தெரியுமோ, அதாவது அவன் மெய்க் குருடில்லையோ வேஷக் குருடுதானோ என்று எனக்கொரு சந்தேகம். அவனுடைய கண்ணைத் திறந்து கொண்டு தானிருந்தான். அதாவது, விழி கண் குருடு என்ற வகுப்பைச் சேர்ந்தவன்போலே யிருந்தான். அந்தக் கண்களை நான் பார்த்தேன். அவற்றில் புத்திக் குறிப்பு தகதகவென்று ஜ்வலித்துக்கொண்டிருந்தது. ஐம்பத்தைந்து வயதுள்ள கிழவன். சுக்குப்போலே, பனங்கிழங்கு போலே ஒற்றை நாடியான, மிகவும் உறுதி கொண்ட உடம்பு. இடுப்புக்கு மேலே ஒட்டகத்தில் பாதிப்பங்கு கோணல் காணப்பட்டது. ஆனால் இயற்கையிலேயே கோணலோ, அல்லது அந்த மனிதன் வேண்டுமென்று தன்னுடம்பைக் கோணலாகச் செய்து கொண்டானோ என்னால் நிச்சயமாகச் சொல்ல முடியாது. செம்பட்டை மயிர். நெற்றியிலே பட்டை நாமம். ஆஹா! அவன் முகத்தின் அழகை – அதாவது குழிகள் விழுந்த, மேடு பள்ளமான, வெயிலில் மழையில் காற்றில் அடிபட்டு முதிர்ந்து, சதைப்பற்றுக் கொஞ்சமேனும் இல்லாமல், ஆனாலும் சக்திக் களஞ்சியமாக விளங்கிய அவன் முகத்தின் அழகை – நான் எப்படி வர்ணிப்பேன்? நான் சித்திரமெழுதிப் பழகாதது பற்றி மிகவும் வருத்தப்படுகிறேன். ஹா! ஹிந்துஸ்தானத்து ஏழை, பரதேசி, பண்டாரம், யோகி, பிச்சைக்கார வகுப்புக்களில் சில அற்புதமான முகங்கள், எத்தனையோ அற்புதமான முகங்கள் நாள்தோறும் என் கண்ணில் படுகின்றன. அளவிறந்த துயரத்தாலோ, கஷ்டங்களாலோ, தவத்தாலோ, யோகசித்திகளாலோ இவர்களிலே பல்லோர் அழுக்குப் படிந்த தேவ விக்ரகங்களின் முகங்களை யுடையோராக விளங்குகின்றனர். அதையெல்லாம் பார்த்தெழுதி வைக்க எனக்குச் சித்திரத் திறமை யில்லை. புகைப்படம் பிடித்து வைக்கலாமா என்று யோசனை பண்ணுகிறேன். இது நிற்க.

மேற்படி குருடன் போட்ட சத்தத்தைத்தான் மேலே அப்ராக்குத மென்றும் அஸாதாரண மென்றும் சொன்னேன். இந்த ஸம்ஸ்கிருத பதங்களின் பொருள் என்ன வென்றால் அந்த மாதிரிச் சத்தம் நான் இதற்கு முன்பு கேட்டதே கிடையாது. ஆனால், அந்தக் குரல் எந்த ஜாதி யென்பதைக் கூற முடியும். கல்லுளி மங்கான், தெருப் புழுதியிலே உருண்டுருண்டு ஏழு

பாரதியும் குள்ளச்சாமியும் 71

மலையானென்று கூவிக் கையில் உண்டியல் செம்பு கொண்டு பணம் சேர்க்கும் ஏழுமலையாண்டி முதலியவர்களின் குரலைப் போன்றது. ஆனால் ஒரு மூன்று மாஸத்துப் பச்சைக் குழந்தையின் சத்தத்தைக் காட்டிலும், முப்பது வருஷத்துத் தேர்ச்சி கொண்ட கல்லுளி மங்கானுடைய சத்தம் எத்தனை மடங்கு கடினமாக இருக்குமோ அத்தனை மடங்கு அந்தக் கல்லுளி மங்கானுடைய சத்தத்தைக் காட்டிலும் நமது கதாநாயகனாகிய சந்தேகக் குருடனுடைய குரல் கடினமானது.எனவே முப்பத்திரண்டு மூங்கிற் கழிகளைச் சேர்ந்தபடியால் அறுக்கும் சத்தத்தைப்போலே மேற்படி குருடனுடைய சத்தம் உன்னுடைய காதைத் தொளைத்து விடவில்லையோ என்று என்னிடம் கேட்பீர்களானால், அப்படித் தொளைக்கவில்லை. அதாவது அவனுடைய சத்தம் கர்ண கடூரமில்லை. சிங்கத்தின் ஒலி கடினமாக இருந்தாலும் பயங்கரமாக இருந்தாலும் கல்லுளி மங்கானுடைய சத்தத்தைப்போல் அருவருப்புக்கிடமாகாது. நெஞ்சிலே மூச்சுபலம் இருந்தால் எவ்வளவு கடினமான சத்தமும் காதுக்குச் சுகமாகவே கேட்கும்.

மேற்படி குருடனுடைய—அதாவது ஸம்சயக் குருடனுடைய சத்தம் என் காதுக்குச் சுகமாகத்தானிருந்தது. காலம்சென்ற ஸ்ரீவில்லிபுத்தூர் முத்தையா பாகவதருடைய பாட்டைத் தமிழ் நாட்டிலே பலர் கேட்டிருக்க மாட்டார்கள். கொப்பூழிலிருந்து, ஹகார, ஹூம் காரங்கள் கொண்டுவருவதில் அந்த பாகவதர் மஹா ஸமர்த்தர். ஆகாச வாணம் ஏறும்போது 'ஹ்விஸ்' என்று கம்பீரமாக ஒரு சத்தம் உண்டாகிறதே அந்தச் சத்தம் மேற்படி பாகவதர் பாட்டில் எப்போதுமே யிருக்கும். அவர் பெரிய குஸ்திக்காரரும்கூட. மூச்சை யடக்கி வேலை செய்வதில் பெரிய பெரிய ஹைதராபாது பஹல்வான்கள்கூட அவருக்கு சமானமாக மாட்டார்கள். அந்த பாகவதர் செத்த பிறகு அந்த மாதிரிக் குரலிலே ஹகாரம் பேசுவது ஷெ குருடனிடத்திலேதான் கண்டேன். ஆனால் இந்தக் குருடன் பாடவில்லை. கூவினான். அந்தக் கூவுதலுக்கும் சந்தமிருந்தது. இவனுடைய சத்தத்தின் கனமோ என்றால் மேற்படி பாகவதர் தொண்டையைவிடத் தொண்ணூறு மடங்கு வலிமை யுடையது. குழந்தைப் பிராயத்திலே இவன் சங்கீதப் பயிற்சி செய்யாமல் பிச்சைத் தொழிலைக் கைக்கொண்டானே என்றெண்ணி வருத்தப்பட்டேன்.

அந்தக் குருடன் கூவுகிறான்: "தீராத வினை தீர்த்து வைப்பேன், கோபந்நோ !"

அவனுடன் பிச்சைத்தகரப்போகணி யெடுத்துக்கொண்டுவந்த ஸ்திரீ எதிர்மொழி சொல்லுகிறாள்: "கோவிந்தா !"

அந்தக் குருடன் கூவுகிறான்: "ஆறாத புண்ணை ஆற்றி வைப்பேன், கோபந்நோ!"

ஸ்த்ரீ: "கோவிந்தா!"

குருடன்: "சனிக்கிழமை, கோபந்நோ!"

ஸ்த்ரீ: "கோவிந்தா!"

குருடன்: "நல்ல நாள் கோபந்நோ!"

ஸ்த்ரீ: "கோவிந்தா!"

குருடன்: "திருப்பதி வேங்கடாசலத்தைப் பார்த்து வந்தேன், கோபந்நோ!"

ஸ்த்ரீ: "கோவிந்தா!"

குருடன்: "ஏழுமலையான் தீர்த்து வைப்பான், கோபந்நோ!"

ஸ்த்ரீ: "கோவிந்தா!"

குருடன்: "ஹா! ஹா! மாறாத் தலைவலி மாற்றி வைப்பேன், கோபந்நோ!"

ஸ்த்ரீ: "கோவிந்தா!"

குருடன்: "ஹா! ஹோ! கண்ணில்லாதவருக்குக் கண் கொடுப்பேன், கோபந்நோ!"

ஸ்த்ரீ: "கோவிந்தா!"

கடைசி வாக்கியத்தைக் கேட்டவுடன் எனக்கு விநோதமாகத் தோன்றிற்று. கண்ணில்லாக் குருடன் பிறருக்குக் கண் கொடுப்பேன் என்று சொன்னால் யாருக்குமே வேடிக்கையாகப் புலப்படாதா?

அப்போது என்னுடன் குள்ளச்சாமி என்ற யோகீசுரர் இருந்தார். அவர் என் மனநிலைமையை நான் சொல்லாமலே தெரிந்துகொண்டு பின்வருமாறு சொல்லலாயினர்:

"இதோ போகிறானே, இவன் போன ஜன்மத்தில் திரிதராஷ்ட்ர ராஜனாக இருந்தான். இவனுடன் போகிறாளே, அவள் காந்தாரியாக இருந்தவள்.

"போன ஜென்மத்தில், தம்பி மக்களுடைய சொத்தைத் தன் பிள்ளைகள் சூதினால் அபஹரிக்கையிலே தான் ஒன்றும் தடுத்துச் சொல்லாமல் பிள்ளை துரியோதனன் பக்கம் சேர்ந்து கொண்டு வேடிக்கை பார்த்த குற்றத்துக்காக விதி இவனை

இந்த ஜன்மத்தில் பிச்சைக்காரனாகவும் பிறவிக் குருடனாகவும் செய்தது. காந்தாரி பதிவிரதை யாகையாலே தானும் கூடவந்தாள். ஐந்து வயதுக் குழந்தை கோலைப் பிடித்துக்கொண்டு போகிறானே அவன்தான் விகர்ணன்" என்றார்.

அப்போது நான்: "ஐயோ, திருதராஷ்ட்ரன் மஹாவித்வானாயிற்றே! அவனுக்கிந்த கதி வரலாமா?" என்று சொல்லி வருத்தப்பட்டேன்.

அப்போது குள்ளச்சாமி சொல்லுகிறார்: "போன ஜன்மத்தில் ராஜாவாகவும் பண்டிதனாகவும் இருந்தான். ஆனால் இந்த ஜன்மத்தில் ஏழையாகப் பிறந்து பலவிதங்களில் கஷ்டப்பட்டுப் பிறகு பூர்வ புண்ய சேஷத்தால், சதுரகிரியில் ஒரு மஹரிஷியிடம் பகவந்நாமத்தின் மஹிமையைத் தெரிந்துகொண்டு, உண்மையான பக்தி மார்க்கத்தில் சேர்ந்தபடியால் இவன் இப்போது ஜீவன் முக்தனாய் விட்டான்.

"அவனுடன் தகரப் போகணி தூக்கிக்கொண்டு போகிற காந்தாரி 'கோவிந்தா', 'கோவிந்தா!' என்று கத்துகிறாளே அதன் பொருள் தெரியுமா?. . . சொல்லுகிறேன், கேள். தன்னுடைய கணவன் பரமபதத்தைக் கண்டு கோவிந்த ஸ்தானத்தை அடைந்துவிட்டா னென்பதை அவள் உலக மறிய முழங்குகிறாள். அவளுடைய பாதிவ்ரத்ய மஹிமையினால் இவன் இந்தப் பதவி யடைந்தான்" என்று சொன்னார்.

நான் அப்போது குள்ளச்சாமியிடம்: "ஜீவன் முக்தி பெற்றும் பிச்சைத் தொழில் ஏன் செய்கிறான்?" என்று தவறுதலாகக் கேட்டேன். அவர் அதற்கு நேரே மறுமொழி கூறாமல் தாம் முன்பு கூறி வந்ததற்குத் தொடர்ச்சி சொல்வதுபோலே: "ஆகையால், இவன் போன ஜன்மத்திலிருந்ததைக் காட்டிலும் இப்போது கோடி மடங்கு மேலான நிலைமையி லிருக்கிறான். இவனைக் குறித்து நீ கவலைப்பட வேண்டிய அவசியமில்லை" என்றார். அப்போது நான் குள்ளச்சாமியை நோக்கி: "எனக்குப் பூர்வ ஜன்ம விஷயத்தில் இன்னும் நிச்சயமான நம்பிக்கை ஏற்படவில்லை" என்றேன். இதைக் கேட்டவுடன், அந்த யோகீசுரர் எனக்கு மறுமொழி கொடுக்காமல், "அரே! ராம், ராம்" என்று சொல்லி நகைப்புக் காட்டி ஓடிப்போய் விட்டார்.

பின்பு, குருடன் போன திசையிலே திரும்பினேன்.

மறுபடி குருடன் கத்துகிறான்: "தென்னை மரத்திலே கிளி பறக்குது, கோபந்நோ!"

ஸ்த்ரீ: "கோவிந்தா!"

குருடன்: "சிதம்பரத்திலே கொடி பறக்குது, கோபந்நோ!"

ஸ்த்ரீ: "கோவிந்தா!"

குருடன்: "தென்னை மரத்திலே கிளி பறக்குது, கோபந்நோ!"

ஸ்த்ரீ: "கோவிந்தா!"

குருடன்: "திருப்பதி மலையிலே கருடன் பறக்குது, கோபந்நோ!"

ஸ்த்ரீ: "கோவிந்தா!"

இங்ஙனம் உருவங்களும் ஒலியும் எனது புலனெல்லையைக் கடந்து சென்று விட்டன.

கடிதம்

குள்ளச்சாமியைச் சென்னைக்கு அனுப்பிவைக்குமாறு புதுவைச் சீடருக்குக் கடிதம்

ஓம் சக்தி

சி. சுப்பிரமணிய பாரதி　　　　　　　89, ராமஸ்வாமி தெரு
　　　　　　　　　　　　　　　　முத்யால்பேட்டை
　　　　　　　　　　　　　　　　சென்னபட்டணம்

ஸ்ரீமான் – கனக ராஜாவுக்கு நமஸ்காரம்.

　　தயவு செய்து இந்தக் கடிதம் கண்டவுடன் ஸ்ரீ குள்ளச்சாமியை கோவிந்தன் அல்லது வேணு ஸஹிதமாக மேலே காட்டிய விலாஸத்தில் ஸ்ரீ எஸ். துரைஸாமி அய்யர், எம்.ஏ., பி.எல்., ஹை கோர்ட் வக்கீல் (Professor of Law College) வீட்டுக்கனுப்ப வேண்டும். செலவுப் பணம் முதலிய ஸகல ஸௌகர்யங்களும் இங்கே நடக்கும். புதுச்சேரியிலிருந்து இங்கு வர நீ பணம் கொடுத்தனுப்பு. மிகவும் முக்யமான கார்யம். உன் கையில் பணம் கிடைக்காவிட்டால் யாரிடமேனும் வாங்கிக் கொடுத்தனுப்பு. இங்கு வேணு வந்து சேர்ந்தவுடன் உனக்குத் தந்தி மணியார்டர் மூலமாக அந்தத் தொகையை அனுப்பிவிடுகிறோம். மிகவும் ...

~

[கடிதத்தில் முதல் பக்கம்தான் கிடைத்தது. மறுபகுதி கிடைக்கவில்லை.

---

* பாரதியின் கடிதங்கள், பக். 103, 104.

* சித்திர பாரதி, ப. 168.

இக்கடிதத்தைப் பெற்ற கனகராஜா என்பவர் புதுச்சேரியில் பெரிய தனிகரும் பாரதியை ஆதரித்தவருமான பொன்னு. முருகேசம் பிள்ளையின் இளைய மகன். பாரதியாரின் 'மெய்க்காவலர்'களில் ஒருவராகத் திகழ்ந்தவர்.

கடிதம் கிடைத்ததும் அவர் குள்ளச் சாமியாரைச் சென்னைக்கு அனுப்பி வைத்தார். – ரா.அ. பத்மநாபன் குறிப்பு]

சொற்பொழிவு

1

பிரம்ம ஸ்தாபனம்: புதுச்சேரியிலிருந்து வந்திருக்கும் ஸ்ரீமான் சி. சுப்பிரமணிய பாரதி, நாளது மார்ச்சு மாதம் 17-ம் தேதி செவ்வாய்க் கிழமை மாலை 5:30 மணிக்கு அரமனைக்காரத் தெருவிலுள்ள கோகலே ஹாலில் 'பிரம்ம ஸ்தாபனம்' அல்லது 'நானே கடவுள்' என்ற விஷயத்தைக் குறித்து உபந்யாசம் செய்வார். பிரம்ம ஸ்வரூபியான மாங்கொட்டைச் சாமி அக்கிராசனம் வகிப்பார். பேர்வழி ஒன்றுக்கு 8 அணா வீதம் கட்டணம் கொடுக்கவேண்டும். சிறுவர்களுக்கும் ஸ்திரீகளுக்கும் 4 அணா கட்டணம் பிரவேசக் கட்டணமாக வாங்கப்படும். டிக்கட்டு வேண்டுவோர், ஜார்ஜ்டவுன், ராமசாமிதெரு 89 நெ. வீட்டிலுள்ள காரியதரிசி மிஸ்டர் க. அமிர்த சர்மாவிடமிருந்து பெற்றுக்கொள்ளலாம்.

---

* *சுதேசமித்திரன்*, 14-3-1919, ப. 8.

2

'நானே கடவுள்'

நேற்று மாலை கோகலே ஹாலில் ஸ்ரீமான் சி. சுப்பிரமணிய பாரதி 'நானே கடவுள்' என்ற விஷயத்தைப் பற்றி மானிடரின் உணர்ச்சியைக் கவரத்தக்க விதமாய் ஒரு பிரசங்கஞ் செய்தார். கடவுள் இவ்வுலகத்திலேயே இருக்கிறாரென்பதும் சகலஜீவராசிகளிடத்தும் சகலவஸ்துக்களிடத்தும் கடவுள் பிரசன்னமாயிருக்கின்றாரென்பதும் அவருடைய சித்தாந்த மாகும். இந்த சித்தாந்தத்தை ஸ்தாபிக்க, பிரசங்கியானவர் வேதங்களிலிருந்தும் உபநிஷத்துகளிலிருந்தும் பிருக்ருதி சாஸ்திர ஆராய்ச்சியினால் பிரத்தியக்ஷமாக நிரூபிக்கப்பட்ட விஷயங்களிலிருந்தும் அநேக மேற்கோள்களை எடுத்துக் காட்டி, 'அகம்ப்ருமாஸ்மி' (நானே கடவுளாக இருக்கின்றேன்) 'தத்வமஸி' (நீயே கடவுளாக இருக்கிறாய்) என்று வேதங்களில் சொல்லி யிருப்பதை நவீன சாஸ்திர ஆராய்ச்சியும் உறுதிப்படுத்த முற்பட்டிருப்பதை விவரித்துக் கூறி சகல ஜீவராசிகளையும் சகல வஸ்துக்களையும் கடவுளாகப் பாவித்து நடப்பதனாலேயே மனிதன் 'நானே கடவுள்' என்று உணரக்கூடிய நிலைமைக்கு வர முடியுமென்றும் சொன்னார். 'ஸர்வ ஜீவபக்தி மதம்' என்ற ஒரு புதிய மதத்தை உலகத்திலுள்ள சகல ஜனங்களும் தழுவ வேண்டுமென்றும், அதனால்தான் உலகம் க்ஷேமமடைய வேண்டுமென்றும், இப்புதிய மதத்தைக் குறித்து தாம் இன்னும் பல பிரசங்கங்கள் இந்நகரில் செய்யப்போவதாகவும், சகலமதஸ்தர்களும் அங்கீகரிக்கக்கூடிய விஷயங்களையே தாம் அப்பிரசங்கங்களில் சித்தாந்தஞ் செய்யப்போவதாகவும் சொன்னார்.

---

* *சுதேசமித்திரன்*, 18-3-1919, ப. 8.

பகுதி 2

உடனிருந்தோர் பதிவுகள்

1. வ.உ.சி.

பாரதியாரைக் கடைசியாகக் கண்டது

பல வருஷங்களுக்குப் பின்னர் நான் சென்னையைச் சேர்ந்த பிரம்பூரில் வசித்துக்கொண்டிருந்தபோது ஒரு நாள் நான் திருவல்லிக்கேணி முதலான இடங்களுக்குப் போய்விட்டு இரவு சுமார் 10 மணிக்கு என் வீட்டுக்குப் போய்ச் சேர்ந்தேன். என் வீட்டுத் தார்சாவில் இருவர் படுத்துத் தூங்கிக் கொண்டிருந்தனர். என் வீட்டுள் சென்று தார்சாவில் தூங்கும் இருவர் யார் என்று என் மனைவியிடம் உசாவினேன். "உங்கள் மாமனார் பாரதியாரும் அவருடன் வந்துள்ள சாமியார் ஒருவரும்" என்றனள் என் மனையாள். "எப்போது வந்தனர்?" என்றேன். "இரவு 8 மணிக்கு வந்தனர்" என்றாள். "இருவரும் சாப்பிட்டனரா?" என்றேன். "வந்ததும் உங்களை எங்கே" என்றனர். "பட்டணம் போயிருக்கிறார்கள்" என்றேன். "எப்போது வருவார்கள்?" என்றனர். "10 மணிக்கு வருவார்கள்" என்றேன். "எங்களுக்கு முந்திச் சோறுபோடு" என்றார். போட்டேன். இருவரும் சாப்பிட்டனர். நீங்கள் வந்தவுடன் தம்மை எழுப்பும்படி சொல்லிவிட்டுப் படுத்துக் கொண்டனர்" என்றாள். நான் என் சாப்பாட்டை முடித்துக்கொண்டு தார்சாவுக்கு வந்து "மாமா! மாமா!" என்றேன். இருவரும் எழுந்தனர். க்ஷேமம் விசாரித்தேன். க்ஷேமத்தையும் வந்த வரலாற்றையும் கூறினர் மாமா. புதுச்சேரியில் வசித்துக் கொண்டிருந்த இந்திய நண்பர்களின் க்ஷேமமாதியவற்றைப் பற்றி உசாவினேன். மாமா பதில் சொல்லினர். "சுவாமிகள் யார்" என்றேன். "ஒரு பெரியவர்" என்றார் மாமா. மாமா முகத்தில் ஒரு வேறுபாட்டைக் கண்டேன்; பழைய உற்சாகத்தையும் மலர்ச்சியையும் கண்டிலேன். அவர் பேச்சும் ஒரு புது மாதிரியாயிருந்தது. அப்போது காரணம் தெரிந்திலேன். சில பேசிவிட்டுத் துயின்றோம்.

---

* *வ.உ.சி.யும் பாரதியும்*, பக். 52–54.

மறுநாட் காலையில் நாங்கள் எழுந்தவுடன் பாரதியார் இந்த சாமியாருக்கு இன்று எண்ணெய் ஸ்நானம் செய்து வைத்து வேறு வேஸ்டி கொடுக்க வேண்டுமென்று எனக்குக் கட்டளையிட்டனர். அந்தச் சாமியார் கறுப்பு மேனியில் கால் அங்குலக் கனம் அழுக்குப் படிந்திருக்கக் கண்டேன். காலைக் காப்பி சாப்பிட்டபின் கௌபீனம் கட்டிக்கொள்ளும்படி செய்து சாமியாரின் அரை வேஸ்டியைக் களைவித்தேன். அரைஞாணில் ரூபா முடிச்சுகள் பல இருந்தன. அவற்றையெல்லாம் அவிழ்ப்பித்து வைத்துக்கொண்டு வேலைக்காரர் இருவரால் அவருக்கு எண்ணெய் ஸ்நானம் செய்வித்து அவர் ரூபாய்களுடன் வேறு வேஸ்டி கொடுத்தேன். மூவரும் சாப்பிட்டோம். சிரமபரிகாரத்தின் பொருட்டு மூவரும் படுத்துறங்கினோம். மாலை சுமார் 3 மணிக்கு அவர்களிருவரும் உல்லாசமாகப் பேசும் சத்தம் கேட்டு நான் கண் விழித்தேன். ஒரு தகர டப்பாவிலிருந்து ஒரு லேகியத்தில் ஆளுக்கு ஒரு எலுமிச்சங் காயளவு எடுத்து வாயில் போட்டனர். "அது என்ன" என்றேன். "அது மோக்ஷலோகத்திற்கு கொண்டு போகும் மருந்து" என்றார் மாமா. "பாவிகளா! எலுமிச்சங் காயளவா?" என்றேன். "உனக்குப் பயந்துதான் இச்சிறிய அளவு கொள்கின்றோம்" என்றனர் மாமா. மாமா முகத்தின் வேறுபாடுக்கு இம்மருந்துதான் காரணம் போலுமென்று கருதினேன். பல பேசியும் பல பாடியும் அன்று மாலையையும் இரவையும் மறுநாட் காலையையும் என் வீட்டில் கழித்தோம். சாமியார் சரீர கனத்திலும் லேகியம் தின்றதிலும் தவிர, மற்ற பேச்சு முதலியவற்றில் மக்காகவேயிருந்தார். அறிவில் மேதாவியாகிய நம் பாரதியாருக்கு இம்மக்கிடத்தில் எப்படிப் பற்றுண்டாயிற்றென்று அதிசயித்தேன். மறுநாள் மத்தியானச் சாப்பாட்டுக்கு மேல் பாரதியாரின் அத்தியந்த நண்பரான ஜார்ஜ் டவுனிலிருந்த வக்கீல் S. துரைச்சாமி அய்யர் வீட்டுக்குச் சென்றோம். அய்யர் வீட்டில் இல்லை. நாங்கள் மூவரும் அய்யர் வீட்டு மாடியில் கிடந்த கட்டில்களில் படுத்துக் கண் துயின்றோம். மாலை 3 மணிச் சுமாருக்கு முதல் நாள் போலச் சாமியாரும் மாமாவும் உற்சாகமாகப் பேசும் சத்தம் கேட்டு நான் கண்விழித்தேன். முதல் நாள் போலவே இருவரும் தகர டப்பாவிலிருந்த லேகியத்தை எடுத்து வாயில் போட்டனர். மாலையில் வக்கீல் அய்யர் வந்து சேர்ந்தனர். சிறிது நேரம் அவருடன் நான் வார்த்தையாடிக் கொண்டிருந்து விட்டு மூவரிடமும் அநுமதி பெற்றுக்கொண்டு நான் பிரம்பூர் வந்து சேர்ந்தேன். பின்னர் நான் 'சுதேசமித்திரன்' ஆபீஸ்குப் போயிருந்த சில சமயங்களில் என் அருமை மாமாவைக் கண்டு பேசியிருக்கிறேன். கடைசியாக மாமா வானுலகம் சென்றார் என்று கேட்டு துக்கக் கடலில் ஆழ்ந்து கரையேறினேன்.

2. வி.எஸ். குஞ்சிதபாதம்

‘வாடா மல்லிகை’

பாரதியார் புதுச்சேரியில் வசித்த காலத்தில் எங்கள் வீட்டிற்குத் தினசரி காலையில் வந்து என் தந்தை (பேராசிரியர் சுவாமிநாத தீக்ஷிதருடன்) சம்பாஷிப்பது வழக்கம். அதே சமயம் எங்கள் வீட்டிற்கு வரும் ‘ஹிந்து’ பேப்பரையும் படித்துவிட்டுச் சில அரசியல் சம்பந்தப்பட்ட விஷயங்களைப்பற்றியும் அன்றாடம் பேப்பரில் வெளியான செய்திகளைப்பற்றியும் என் அப்பாவுடன் உரையாடிவிட்டுப் போவார். பாரதியாரின் இந்தப் பழக்கம் அவரை நெருங்கிப் பழகிய சில நண்பர்களுக்கும் அவர் வீட்டாரான மனைவி செல்லம்மாவுக்கும் பெண்கள் தங்கம்மாவுக்கும் பாப்பாவுக்கும் (சகுந்தலா) தெரியும். ஆகையால் அவரைக் காலை நேரங்களில் ஏதேனும் அவசர விஷயமாய்ப் பார்க்க வேண்டுமென்றால் எங்கும் காணாவிடில் “பி.ஏ. வாத்தியார் தீக்ஷிதர் வீட்டில் கிடைப்பார்” என்று எங்கள் வீட்டைத் தேடி வருவதுண்டு. ஆனால், ஒரு நாள், முற்றிலும் நான் எதிர்பாராத ஒருவர் அவரைத் தேடி வந்தார். அவர்தான் பாரதியாருக்குக் குருவான ‘குள்ளச்சாமி’. அவரை நானும் மற்ற புதுவையிலிருந்த இளைஞர்களும் ‘மாங்கொட்டை சாமி’ என்று சலுகையுடன் அழைப்பதும் உண்டு. குள்ளச்சாமியைப் பாரதியார் அடிக்கடி தேடிப்போவதும் எங்கும் காணாமல் சலிப்படைந்து திரும்பி வருவதும் எனக்குத் தெரிந்திருந்ததே. ஆனால், பாரதியாரைக் குள்ளச்சாமி தேடி எங்கள் வீட்டிற்கு வந்தது அதுதான் முதல் தடவை. அதற்குப் பின்னும் பாரதியாரைத் தேடிச் சாமியார் வரவில்லை. அதன் காரணம் எனக்குப் பின்னர்தான் விளங்கிற்று.

---

* *புதுவையில் பாரதியார்*, பக். 99–104.

எனவே, பாரதியாரைத் தேடிவந்த குள்ளச்சாமி, எங்கள் வீட்டின் வெளிப்புறத்தில் திண்ணையின் பக்கத்தில் நின்று கொண்டு, வீட்டின் உள்பக்கம் கூர்ந்து பார்த்துக்கொண்டிருந்தார். அவர் இப்படித்தான் மௌனியாய்ப் பித்தனைப்போல் நின்று விட்டு ஒருவருடனும் பேசாமல் போவது வழக்கம். ஆகையால் நான், அவர் நின்றதைப் பொருட்படுத்தாமல், கவனித்தும் கவனியாதவன்போல் இருந்தேன்.

நான் அவரைக் கவனியாமல் அன்றைய தினம் இருந்ததற்கு ஒரு காரணமும் உண்டு. அதற்குக் காரணம், குள்ளச்சாமி பாரதியாரைத் தேடி வந்த சில நாள்களுக்கு முன் நடந்த ஒரு சம்பவமாகும்.

குள்ளச்சாமி, பாரதியார் காலத்தில் புதுவையிலிருந்த ஒரு சித்த புருஷர். சித்த விளையாட்டிலேயே ஆழ்ந்த ஆன்மிகத் தத்துவத்தின் உண்மைகளையும் பரஞானத்தையும் போதித்தும், உபதேசம் பண்ணிவிட்டும், நாம் அவைகளைப் புரிந்துகொண்டோமா இல்லையா என்றுகூடக் கவனியாமல் ஓடிவிடுவார். அதுவுமல்லாமல் அவர் விளையாட்டாகவே மிக ஆழ்ந்த தத்துவ உண்மைகளை உபதேசிப்பாராகையால் அவர் போதனைகள் மிக நுட்பமாகவும் symbolic ஆகவுமிருக்கும். குள்ளச்சாமியின் குறியீடு (symbolic) கொண்ட போதனைகளை, அதுவும் தமது சித்து விளையாட்டில் வெளிப்படுத்துவதை அறிந்துகொள்ள மிகவும் ஆன்மிகப் பக்குவமடைந்திருக்கும் ஒருவரால்தான் இயலும். அவருக்குத் தங்க இடமோ, சொந்த மடமோ எதுவுமே இல்லை. அங்கிங்கெனாதபடி புதுவையில் வெள்ளைக்காரர் பகுதியிலும் மற்ற எல்லா இடங்களிலும் சர்வவியாபியாகக் காணலாம். சில சமயங்களில் எங்குமே கட்புலனுக்குக் கிட்டமாட்டார், அந்த சித்த புருஷர். முழங்கால்வரை ஒரு கந்தையைச் சுற்றித் திரிவார். அது அவரது இரும்புக் குண்டுபோல் கட்டுமாறாத உடலைப் போதிய அளவு மூடவும் செய்யாது. துணியில்லாத 'அவதூதர்' என்றுகூடச் சொல்லலாம். சுமார் 4 அடி உயரம்தான் இருப்பார். குள்ளச்சாமியின் தலை,'மாங்கொட்டைச்சாமி!' என்னும் பெயரும் பிரசித்தியாயிற்று. அவரைப் பார்த்தால் நாற்பது வயது என்று சொல்லலாம். ஆனால், இரண்டு தலைமுறையாகப் புதுவை யில் அந்தச் சாமியாரைப் பார்த்தவரும் பழகியவருமுண்டு. அவர்களிடம் அவர் வயதைப்பற்றிக் கேட்டதில் ஓர் அறுபது ஆண்டுகள் முன்புகூட நாற்பது வயதளவென்று மதிக்கக்கூடிய தேகத்தோடு விளங்கினார் என்பர். 'சிறியரொடும் தெருவிலே நாய்களோடும் விளையாட்டாய்', 'தேவனைப்போல் விழித்து', 'பாவனையிற் பித்தனைப்போல்' எப்பொழுதும் புன்முறுவலுடன்

தெருவிலேயே திரிந்துகொண்டிருப்பார் என்று அவரைச் சித்திரித்துப் பாடியிருக்கிறார் பாரதியார். எப்போதாவது யார் வீட்டிற்காவது போய் வெளிப்புறத்தில் கையேந்தி நிற்பார். குறிப்பறிந்து அன்பர் அளிக்கும் அன்னத்தை மூன்று கவளம் கையிலிடச் சொல்லிப் புசிப்பார்.

பாரதியாரைத் தேடிவந்த சில நாள்களுக்கு முன்பு ஒரு நாள் பகல் பன்னிரண்டு மணி சமயம் எங்கள் வீட்டின் வெளிப்புறத்தில் திண்ணையைப் பிடித்துக்கொண்டு குள்ளச்சாமி நின்றார். கதவைத் தாளிடப் போனபோது நான் அவரைத் தற்செயலாய்ப் பார்த்தேன். “என்ன?” என்று கேட்டேன். அவர் கையால் சைகை செய்து, என்னைக் கிட்டே வருமாறு அழைத்தார். அருகில் போனதும் முழங்கால் மூடித் தாம் கட்டியிருந்த துணியை நீக்கி அடித்தொடையில் இருந்த ஒரு புண்ணைக் காட்டினார். அது சுமார் நாலு அங்குல நீளமும் ஆழமுமாயிருந்தது. அந்தக் குழிப்புண்ணிலிருந்து இரத்தம் கசிவதைக் கண்டு நான் திடுக்கிட்டு, மனம் வருந்தி, “ஐயோ! என்னவாயிற்று? எப்படியாயிற்று? மருந்து போட்டுக் கட்ட வேண்டுமே” என்று கேட்டேன்.

“நாய் பிடுங்கிவிட்டது. ஒரு பிளாஸ்திரி போட்டேன்” என்றார். நானும் விரைந்து உள்ளே போய், ஒரு பெரிய துண்டு பிளாஸ்திரியைத் தயார் செய்துகொண்டுவந்து புண்ணில் இடப்போனேன். அவர் அதற்குச் சம்மதிக்காமல் என் கையை ஒரு தட்டுத் தட்டிவிட்டு மின்னல் வேகமாய்த் தெருவில் குதித்து ஓடிவிட்டார். அவரைப் பின்தொடருவதென்பது முடியாத காரியம் என்று எனக்குத் தெரியும். கண்ணிமைக்குமுன் தெருக்கோடியில் போய்விட்டார். சித்த புருஷராயிற்றே. ஓட்டத்திலும் சித்தியிலும் நம்மால் அவருடன் போட்டியிட முடியுமா என்ன? நானும் ஏமாந்தவனாய் பிளாஸ்திரியை எடுத்துக்கொண்டு வீட்டிற்குள் போய்விட்டேன்.

இதற்கு மறுநாள் குள்ளச்சாமி தெருவில் போய்க்கொண்டிருந்தார். நான் அவரை மெல்லப் பின்தொடர்ந்து வழிமறித்து, “என்ன சாமி, நேற்று என்னை பிளாஸ்திரியைக் கொண்டுவரச்சொல்லிவிட்டு ஏமாற்றிவிட்டாயே” என்றேன். அதற்கு நேரிடையாகப் பதில் வரவில்லை. ஆனால், கேட்டவுடன் முழங்கால் துணியை விலக்கினார். முன்தினம் தோன்றிய புண்ணின் அடையாளமே இல்லை. அதைப் பார்த்து ஆச்சரியப்பட்டு நான், “இது என்ன ஜாலவித்தை செய்கிறாய்! இது என்ன ஏமாற்றம்” என்று கேட்டேன். “உலகமே ஏமாற்றந்தானே” என்று ஒரே வாக்கியத்தில் ஆழ்ந்த வேதாந்த மாயா தத்துவத்தை எனக்குப் பதிலாகச் சொல்லிவிட்டுச் சிட்டுக்குருவி போல் ஒரு

நொடியில் பறந்து போய்விட்டார். இதிலடங்கிய பரமஞான உண்மையும் உபதேசமும் எனக்கு நாளாக நாளாக விளங்கி வருகிறது.

இந்த 'ஏமாற்று வித்தை' சம்பவம் நிகழ்ந்த ஒரு வாரத்திற்குப் பிறகு குள்ளச்சாமி, தாமாகவே எங்கள் வீட்டிற்குப் பாரதியாரைத் தேடி வந்தார். அப்போது இந்தச் சம்பவமும் அதனால் ஏற்பட்ட ஏமாற்றமும் என் இளைய மனதை விட்டகலவில்லை. 'இந்தப் பித்துக்குளி சாமியிடம், நமக்கென்ன' என்று அசட்டையாக, அக்கறையில்லாதவனாக அவரைக் கவனித்தும் கவனியாதது போலிருந்தேன். குள்ளச்சாமியோ பிடிவாதச் சாமி, நாம் அக்கறையின்றி இருந்தால் வலிய தம்மிடம் வரச் சொல்லும். நாமே அக்கறையுடன் கிட்ட நெருங்கினால் பிடித்துத் தள்ளும். என்னே! அவர் சித்து விளையாட்டு. 'தீராத விளையாட்டுப் பிள்ளை' என்று நம் பாரதியார் குள்ளச்சாமியின் 'திருவிளையாடல்களை' ஞாபகத்தில் வைத்துக்கொண்டு எழுதினாரோ என்று நான் அதைப் படித்தபோது நினைத்ததுண்டு. சாமி என்னை விடவில்லை. தம் கையிலிருந்த ஒரு பொருளைச் சுட்டிக்காட்டி, என்னைத் தம்மிடம் வரும்படி அழைத்தார். நானும் அவர் காட்டுவது, நாய் பிடுங்கிய புண்ணில்லை என்று நிச்சயம் செய்துகொண்டு மெல்லத் தயங்கினவனாய்க் குள்ளச்சாமியை நெருங்கினேன். அவர் சுட்டிக்காட்டிய பொருளைப் பார்த்தேன். அது ஒரு வாடாமல்லிகை புஷ்பம். வாடா மல்லிகை மலரை என் முன் நீட்டி, "இவர் இருக்கிறாரா?" என்றார் குள்ளச்சாமி. மீண்டும் சித்தர்க்கே இயல்பான அந்தக் குறியீட்டுப் (symbolic) பேச்சு எனக்கு அர்த்தமாகவில்லை. "யார் அது?" என்று கேட்டேன். சிரித்துக்கொண்டே 'பாரதி' என்று பதிலளித்தார். நான் பாரதியார் எங்கள் வீட்டினுள் இருக்கிறாரா, இல்லையா என்று பதிலளிப்பதற்குமுன் வழக்கம்போல் குதித்து ஓடிவிட்டார்.

தம் சீடரான பாரதியார் வருங்காலத்தில் அடையப்போகும் புகழையும், ஆன்மிகச் சாதனையில் முன்னேறி அவர் என்றும் அழியா அமரர் பதம் எய்தப்போவதையும் சொல்லாமல் உணர்த்தினார் நம் மஹாகவியின்மேல் உயிருக்குயிராயிருந்த அவர் குருவான குள்ளச்சாமி. பாரதீயம் பரவி, பாரதியார் புகழ் வானையளவி நிற்கும் இக்காலத்தில் அவர் குருவான குள்ளச்சாமி தம் ஆசியுடனும் அளவிலா அன்புடனும் தீர்க்கதரிசனத்துடன் பாரதிக்கு அன்றே சூட்டிய பெயர் எவ்வளவு பொருத்தமென்று நினைக்க நினைக்க என் மனம் எல்லையிலா மகிழ்ச்சியடைகிறது.

3. ப. கோதண்டராமன்

பாரதியும் குள்ளச்சாமியும்

பாரதியார் புதுவையில் இருந்தபோது குள்ளச்சாமி, கோவிந்தஸ்வாமி, யாழ்ப்பாணத்து ஸ்வாமி, குவளைக் கண்ணன் ஆகியோருடன் தொடர்பு கொண்டிருந்தார். இவர்கள்பால் அன்பும் பக்தியும் செலுத்திய பாரதி, தம் 'பாரதி அறுபத்தாறு' என்னும் பாட்டில் இவர்களின் புகழைப் பாடியிருக்கிறார். இவர்களில் குள்ளச்சாமி எனவும் மாங்கொட்டைச்சாமி எனவும் அழைக்கப்பட்டு வந்த புதுவைத் துறவியையே தம் குருவாகக் கொண்டார். பாரதியார் அரசியல் கிளர்ச்சியில் ஈடுபட ஆரம்பித்த போது சகோதரி நிவேதிதையைத் தம் குருவாகக் கொண்டார். தம் சுதேச கீதங்களை அவருக்குச் சமர்ப்பணம் செய்கையில், "ஸ்ரீ கிருஷ்ணன் அர்ஜுனனுக்கு விசுவரூபம் காட்டி ஸ்வதேச பக்தி யுபதேசம் புரிந்தருளிய குருவின் சரண மலர்களில் இச்சிறு நூலைச் சமர்ப்பிக்கிறேன்" என்று கூறினார். சுதேசி இயக்கம் மும்முரமாக நடந்து வந்தபோது, பாரதியார் ஸ்ரீ அரவிந்தரின் மகிமையை உணர்ந்து, அவரைப்பற்றிப் பல குறிப்புகள் 'இந்தியா' பத்திரிகையில் வெளியிட்டு வந்தார். புதுவை வந்தபின் அவருடன் நேரிடையாகத் தொடர்பு கொண்டு அவரிடமும் பக்தி செலுத்தி வந்தார். ஆனால், அவரது புகழைப் பாட்டில் பாடவில்லை; பாடுவதற்குரிய அவகாசமும் எழவில்லை. ஆனால், குள்ளச்சாமியைப்பற்றியும் அவரிடமிருந்து தாம் சுயானுபவமாகப் பெற்றதையும் பாரதியார் 'பாரதி அறுபத்தா'றில் தெளிவாகக் கூறியுள்ளார்.

மேலே சொன்ன பாட்டில் குள்ளச்சாமி பித்தனைப் போல் கந்தை கட்டித் திரிவாரென்றும், சிறியாரோடும் தெருவில்

---
* புதுவையில் பாரதி, பக். 152–156.

நாய்களோடும் விளையாடுவாரென்றும், ஆயினும் 'தேவ விழியுடையவர்', 'தெளிந்த ஞானி', 'பாசத்தை அறுத்துப் பயத்தைச் சுட்டவர்', 'தவம் நிறைந்த மாங்கொட்டைச் சாமித் தேவன்' எனப் புகழ்ந்தும் அவரைப்பற்றிப் பேசுகிறார்.

பாரதியார் அவரை முதல்முதலாகத் தரிசித்தபோது, ஈஸ்வரன் தருமராஜா கோயில் தெருவில், ராஜா ராமையர் வீட்டில் அவரிடமிருந்து சங்கேத மொழியில் ஞானோபதேசம் பெற்றதும் அவ்வீட்டின் கொல்லைப்புறத்தில்தான்.

குள்ளச்சாமியார் குள்ளமாகவும் கறுப்பாகவும் சிறிய தலையுடையவராகவும் திடகாத்திரமாகவும் முழங்காலுக்கு மேல் துண்டை உடுத்தியும் இருந்தார். சுமார் 1910ஆம் ஆண்டில், அவர் புதுவையில் மேற்குப் புலிவார் ரோடுக்கு அருகேயுள்ள காக்கா அப்பாசாமி கிராமணி சத்திரத்தில் தெருப்பக்கமாக இருந்த ஒரு சிற்றறையில் இருந்துவந்தார். அங்கே பெரும்பாலும் பெண்கள் தங்கள் மனோபீஷ்டங்கள் நிறைவேறுவதன்பொருட்டு அவரைத் தரிசித்துக் கும்பிட்டுச் செல்வர்.

பாரதியார் கூறியவண்ணம் அவர் தெருத் தெருவாகச் சுற்றி அலைவார். அதுசமயம் சிறுவர் அவர்மீது கற்களை விட்டெறிவதும், அவரும் தற்காப்பின்பொருட்டுச் சிறுவர்களைக் கண்டவுடன் கற்களை எடுத்துக்கொண்டு தயாராக இருப்பதும் உண்டு. அவர் கள்ளுக்கடைகளில் தாராளமாகச் சென்று கள் உண்பார். ஆனால் போதை ஏற்பட்டதாகவோ, யாதேனும் ஒரு விபரீதம் நடந்ததாகவோ எவரும் இதுவரையிலும் கூறியதில்லை. (நான் இவ்விவரங்களை அக்காலத்தில் வாழ்ந்த புதுவைப் பெரியார் சிலரிடமிருந்து கேட்டறிந்தேன்.)

சென்னையில் குள்ளச்சாமி

பித்தனைப் போன்று இவ்வண்ணம் வாழ்ந்துவந்த குள்ளச்சாமியாரின் அருமைபெருமைகளை நன்குணர்ந்த பாரதியார், அவர்மீது பேரன்பு செலுத்தி வந்தார். அவர் 1918ஆம் வருஷம் டிசம்பர் மாதம் புதுவையைவிட்டுச் சென்னை சேர்ந்து, சிறிது காலம் மண்ணடியில் இருந்த ராமசாமி தெருவில் சா. துரைசாமி அய்யர் வீட்டில் தங்கியிருந்தபோது குள்ளச்சாமியைச் சென்னைக்கு அழைத்துவர ஏற்பாடு செய்தார். அவ்வாறே துரைசாமி அய்யரவர்களின் வீட்டில் தங்கியிருந்த போதும் கோகலே மண்டபத்தில் பாரதியார் சொற்பொழிவு நடத்தியபோதும் இந்நூலாசிரியர் அவரைக் கண்டிருக்கிறார். அது சமயம் அவர் கண்டதும் கேட்டதும் வருமாறு:

தோற்றமும் செயலும்

குள்ளச்சாமியார் எப்போதும் குழந்தையைப் போல விறுவிறுப்பாக இருப்பார். வீட்டில் சாதாரணமாக முழங்காலுக்கு மேலே ஒரு துண்டு உடுத்தியிருப்பார். கோகலே மண்டபத்தில் தலைமை வகித்தபோது மட்டும் ஒரு வெளுப்பான வேட்டியும் சொக்காயும் தலையில் காவியேறின ஒரு முண்டாசும் கட்டியிருந்தார். அவரைக் கண்டோர் அவரைப் பரமசாது என்றே கூறினர். அப்போது சிந்தாதரிப்பேட்டையில் நாட்டு வைத்தியராக விளங்கிவந்த கண்ணப்ப முதலியார் குள்ளச்சாமியைத் தம் வீட்டுக்கு அழைத்துச் சென்று உபசாரஞ் செய்து வந்தார்.

துரைசாமி அய்யர் வீட்டில் சில நாள்கள் பாரதியுடன் தங்கியிருந்த போது காகிதத்துண்டு, குப்பை, வாழைப்பழத்தோல் முதலியன அங்குமிங்குமாக இறைந்திருக்கக் கண்டால், வீடெங்கும் சுற்றி அவைகளைப் பொறுக்கி அப்புறப்படுத்துவார்; இரவு முழுதும் உறங்காமல் படுக்கையில் உட்கார்ந்தவண்ணமாக இருப்பார்; யாருடனும் சகஜமாகப் பேசமாட்டார்; பேச்சுக் கொடுத்தாலோ ஒரு சொல்லுக்கும் மற்றொரு சொல்லுக்கும் யாதொரு தொடர்பும் இன்றிப் பேசுவார். கோகலே மண்டபத்தில் தலைமை வகித்தபோது பாரதியார் கூட்டத்தினருக்கு அவரை அறிமுகம் செய்து வைக்கையில் மகாஞானாசிரியன் என்றெல்லாம் புகழ்ந்து பேசினார். ஆனால், குள்ளச்சாமி தொடக்கத்திலேனும் இறுதியிலேனும் தம் வாயைத் திறந்து யாதொன்றும் பேசவில்லை.

பாரதியார் குள்ளச்சாமியிடம் எவ்வளவு அன்பு வைத்திருந்தாரோ அவ்வளவு அன்பு குள்ளச்சாமிக்கும் பாரதியாரிடம் உண்டு. பல சமயங்களில் குள்ளச்சாமி 'பாரதி தங்கமானவன்' எனக் கூறியிருக்கிறார்.

அப்போது குள்ளச்சாமிக்கு ஐம்பத்தைந்து அல்லது அறுபது வயது இருக்கும் போலத் தோன்றியது. ஆனால், அவருக்கு நூறு வயதுக்கு மேலாயிற்று எனப் பலர் கூறினர். பாரதியாரும், "குள்ளச்சாமி காயகற்பம் செய்துவிட்டான்" என்றும், "அவர் வாழ்நாட்களைக் கணக்கிட்டு வயது உரைப்பார் யாருமில்லை" என்றும் 'பாரதி அறுபத்தாறு' என்னும் பாடலில் கூறியிருக்கிறார்.

குள்ளச்சாமி சாதாரண பரதேசியைப் போன்று தெருவில் சுற்றியலைந்த போதிலும் அவர் ஒரு தெளிந்த ஞானி என்பதில் சிறிதும் ஐயமில்லை. இக்கருத்து கீழ்க்கண்ட ஒரு நிகழ்ச்சியினாலும் உறுதிப்படுகின்றது.

குள்ளச்சாமியும் அரவிந்தரும்

பல வருஷங்களுக்கு முன், ஸ்ரீ அரவிந்தரைச் சூழ்ந்து இருந்த சீடர் சிலர், குள்ளச்சாமியைப்பற்றி ஏதோ பரிகாசமாகப் பேசினர். அதைக் கேட்ட ஸ்ரீ அரவிந்தர் அவர்களின் அறியாமைக்கு இரங்கி, குள்ளச்சாமி ஒரு சாதாரண மானிடர் அல்லர் என்றும், ஒரு சமயம் தம் ஞானமார்க்கத்தில் ஒரு நெருக்கடியான தருணம் ஏற்பட்ட போது குள்ளச்சாமி திடுமென்று தம் மாளிகை முன் தோன்றி, ஒரு கோப்பையைக் கவிழ்த்துப் பின்னர் அதை நிமிர்த்திவிட்டுக் 'குடு குடு'வென்று சென்று விட்டார் என்றும், அந்தச் சங்கேதத்தினால் தாம் குறிப்புகள் பெற்றதாகவும் கூறியதாக நம்பத்தகுந்த இடத்திலிருந்து இந்த நூலாசிரியர் கேள்விப்பட்டிருக்கிறார்.

சமாதியும் சாகாவரமும்

குள்ளச்சாமியைப்பற்றிப் புதுவையில் பல கதைகள் வழங்குகின்றன. கடைசியாக அவர் நொத்தோர் வாஞ்சிலிங்க சுவாமிநாதர் பிள்ளையவர்களின் வீட்டில் விசேஷ மரியாதைகளுடன் பூசிக்கப்பட்டு வந்தார் என்றும், சுமார் முப்பத்தெட்டு ஆண்டுகளுக்கு முன் சமாதியடைந்தார் என்றும் தெரிய வருகிறது. குள்ளச்சாமியின் பூதவுடல் மறைந்தபோதிலும் அவரது புகழுடல் பாரதியாரின் கவிதைகளால் சாகாவரம் பெற்றுவிட்டது. குள்ளச்சாமி வாழ்க!

பகுதி 3

ஓவியத்தில் பாரதியும் குள்ளச்சாமியும்

1

சுதேசமித்திரன், 3-11-1934, ப. 3.

2

சுதேசமித்திரன், சனிக்கிழமை. 3

பாரதி விளக்கம்.

குரு தர்சனம்.

பற்றிய கைதிருகிக் குள்ளச்சாமி
பரிந்தோடப் பார்த்தான்; யான் விடவேயில்லை
சுற்றுமுற்றும் பார்த்துப் புன்முறுவல் பூத்தான்
தூய திருக்கமலபதத் துணையைப் பார்த்தேன்
குற்றமற்ற தேசிகனுந் திமிறிக்கொண்டு
குதித்தோடியவ் வீட்டுக்கொல்லை சேர்ந்தான்
மற்றவன்பின் யானோடி விரைந்து சென்று
வானவனைக் கொல்லையிலே மறித்துக் கொண்டேன்.

சுதேசமித்திரன், 10-11-1934, ப. 3.

சுதேசமித்திரன், சனிக்கிழமை 3

பாரதி விளக்கம்.

உபதேசம்

பக்கத்து வீடிடிந்து சுவர்கள் வீழ்ந்த
பாழ்மனையொன் றிருந்த தங்கே பாமலோடு
நக்கத்தன் னருள்விழியா லென்னை நோக்கி
ஒரு குட்டிச்சுவர் காட்டிப் பரிதி காட்டி
அக்கணமே கிணற்றுள தன் விம்பம் காட்டி
" அறிதிகொலோ?" எனக் கேட்டான் "அறிந்தேன்"
மிக்க மகிழ் கொண்டவனுஞ் சென்றான் யானும்
வேதாந்த மரத்திலொரு வேரைக் கண்டேன்.

சுதேசமித்திரன், 17–11–1934, ப. 3.

4

சுதேசமித்திரன், சனிக்கிழமை 3

பாரதி விளக்கம்

மற்றொரு நாட் பழங்கந்தை யழுக்கு மூட்டை
வள முதுகில் கட்டியவன் முதுகின் மீது
நற்றவர்கள் பணிந் தேத்தும் கமலப் பாதக்
கருணைமுனி சுமந்துகொண் டென்னெதிரே வந்தான்
சற்றுநகை புரிந்தவன் பாற்கேட்க லானேன்;
" தம்பிரானே, இந்தத் தகைமை யென்னே?
முற்றுமிது பித்தருடைச் செய்கை யன்றோ?
மூட்டை சுமந்திடுவ தென்னே? மொழிவாய் "—என்றேன்.

சுதேசமித்திரன், 24–11–1934, ப. 3.

பயன்பட்ட நூல்கள், இதழ்கள்

என் தந்தை பாரதி, சகுந்தலா பாரதி, பதிப்பாசிரியர்: ந. ரவிச்சந்திர பாரதி, பழனியப்பா பிரதர்ஸ், சென்னை, திருத்திய முதற்பதிப்பு: 2007.

காலவரிசையில் பாரதி படைப்புகள் (காலவரிசையில் கண்டறிய வேண்டியவை) தொகுதி 14, பதிப்பாசிரியர்: சீனி. விசுவநாதன், அல்லயன்ஸ், சென்னை, முதற்பதிப்பு: 2015.

காலவரிசையில் பாரதி பாடல்கள், பதிப்பு: சீனி. விசுவநாதன், வெளியீடு: சீனி. விசுவநாதன், சென்னை, முதற்பதிப்பு: ஏப்ரல் 2012.

சித்திர பாரதி, ரா.அ. பத்மநாபன், காலச்சுவடு பதிப்பகம், நாகர்கோவில், முதற்பதிப்பு: 1957, காலச்சுவடு முதற்பதிப்பு: 2006, காலச்சுவடு இரண்டாம் பதிப்பு: 2010.

பாரதி நினைவுகள், யதுகிரி அம்மாள், பாரதி புத்தகாலயம், சென்னை, முதற்பதிப்பு: 2010.

பாரதியின் கடிதங்கள், தொகுப்பும் பதிப்பும்: ரா.அ. பத்மநாபன், காலச்சுவடு பதிப்பகம், நாகர்கோவில், முதற்பதிப்பு: 1982, காலச்சுவடு முதற்பதிப்பு: 2005, காலச்சுவடு ஆறாம் பதிப்பு: 2009.

பாரதியைப் பற்றி நண்பர்கள், ரா.அ. பத்மநாபன் (தொகுப்பாசிரியர்), காலச்சுவடு பதிப்பகம், நாகர்கோவில், காலச்சுவடு இரண்டாம் (குறும்) பதிப்பு: 2016 (முதற்பதிப்பு: 1982).

புதுவையில் பாரதி, ப. கோதண்டராமன், பழனியப்பா பிரதர்ஸ், சென்னை, முதற்பதிப்பு: 1980, இரண்டாம் பதிப்பு: 1990.

புதுவையில் பாரதியார் (நான் கண்டதும் கேட்டதும்), ஸ்ரீ வி.எஸ். குஞ்சிதபாதம், தொகுப்பு: ஸ்வாமி தேவி வஸந்தானந்தா,

வெளியிடுவோர்: லோககேஷுமா டிரஸ்ட், சென்னை, முதற்பதிப்பு: 1982, இரண்டாம் பதிப்பு: 2009.

வ.உ.சி.யும் பாரதியும், பதிப்பாசிரியர்: ஆ.இரா. வேங்கடாசலபதி, காலச்சுவடு பதிப்பகம், நாகர்கோவில், விரிவாக்கி மேம்படுத்திய காலச்சுவடு முதற்பதிப்பு: 2022.

இதழ்கள்

சுதேசமித்திரன், 2–6–1917, 5–7–1917, 29–8–1917, 27–12–1917, 10–1–1918, 26–1–1918, 20–2–1918, 14–3–1919, 18–3–1919, 3–11–1934, 10–11–1934, 17–11–1934, 24–11–1934.

ஆசிரியரின் பிற நூல்கள்
(காலச்சுவடு வெளியீடு)

பாரதியின் இறுதிக்காலம்:
கோவில் யானை சொல்லும் கதை
(ஆய்வு நூல்)
ரூ. 90

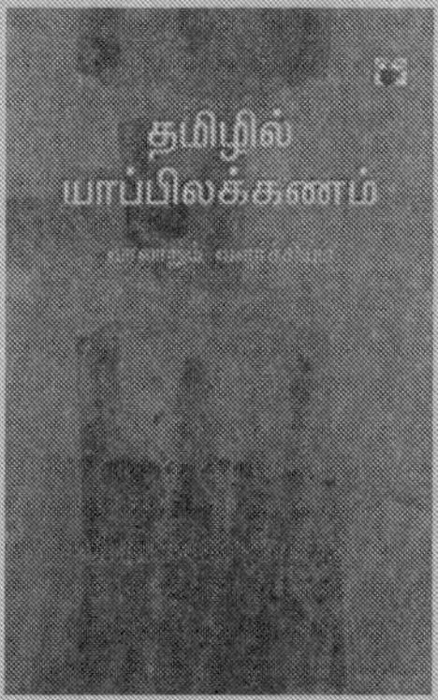

தமிழில் யாப்பிலக்கணம்
வரலாறும் வளர்ச்சியும்
(ஆய்வு நூல்)
ரூ. 425

மணிக்கொடி: கவிதைகள்
ரூ. 150

மணிக்கொடி மரபும்
பாரதிதாசனும்
(ஆய்வு நூல்)
ரூ. 250

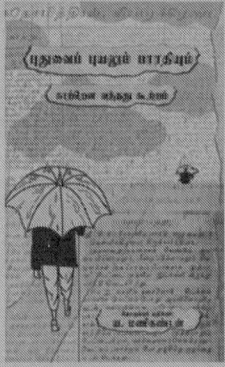

புதுவைப் புயலும் பாரதியும்
(ஆய்வு நூல்)
ரூ. 125

பாரதியும் காந்தியும்
(ஆய்வு நூல்)
ரூ. 250

காலச்சுவடு பப்ளிகேஷன்ஸ் (பி) லிட்.
Published by Kalachuvadu Publications Pvt. Ltd.,
669, K.P. Road, Nagercoil 629001, India
Phone: 91-4652-278525
e-mail: publications@kalachuvadu.com

12/2022/S.No. 1116, kcp 4059, 18.6 (1) 9ss